ജയമോഹൻ

1962 ഏപ്രിൽ 22ന് ജനിച്ചു. മലയാളത്തിലേയും തമിഴിലേയും അറിയപ്പെടുന്ന എഴുത്തുകാരനും സാഹിത്യ നിരൂപകനുമാണ്. തമിഴ്നാട്ടിലെ നാഗർകോവിലാണ് സ്വദേശം. 1990കളിൽ തമിഴ് സാഹിത്യരംഗത്ത് സാന്നിധ്യമറിയിച്ചു തുടങ്ങിയ ജയമോഹന്റെ ഏറ്റവും പ്രസിദ്ധമായ കൃതിയായ 'വിഷ്ണുപുരം', ഭാരതീയ തത്വ ചിന്തകളിലൂടെയും പുരാണങ്ങളിലൂടെയുമുള്ള അന്വേഷണമാണ്. റബ്ബർ, പിൻതൊടരും നിഴലിൻ കുരൾ, കന്യാകുമാരി, കാട്, ഏഴാം ഉലകം തുടങ്ങിയവ മറ്റു ചില ശ്രദ്ധേയമായ രചനകളാണ്. ലിയോ ടോൾസ്റ്റോയ്, മോഹൻദാസ് കരം ചന്ദ് ഗാന്ധി തുടങ്ങിയവരുടെ ചിന്തകളുടെ ശക്തമായ സ്വാധീനം ഇദ്ദേഹത്തിന്റെ രചനകളിൽ കാണാം. തന്റെ ജീവിതാനുഭവങ്ങളും വിപുലമായ യാത്രകളും പകർന്നുനൽകിയ കരുത്താണ് ഇദ്ദേഹത്തിന്റെ രചനകൾക്കു പിന്നിലുള്ള ശക്തി. മലയാളം-തമിഴ് സാഹിത്യമണ്ഡലങ്ങളിലുള്ള ആശയസംവാദത്തിന് ഇദ്ദേഹം വിലപ്പെട്ട സംഭാവനകൾ നൽകിയിട്ടുണ്ട്. ഒൻപതു നോവലുകൾ, ചെറുകഥകളും നാടകങ്ങളുമുൾപ്പെട്ട പത്തു സമാഹാരങ്ങൾ, പതിമ്മൂന്ന് സാഹിത്യനിരൂപണ ങ്ങൾ, ക്രിസ്ത്യൻ ഹിന്ദു തത്വചിന്തയെക്കുറിച്ചുള്ള മൂന്നു കൃതികൾ, ഒട്ടേറെ വിവർത്തനങ്ങൾ എന്നിവയും ഇദ്ദേഹത്തിന്റെ വകയായി ഉണ്ട്. മലയാളത്തിൽ ഒന്നും, തമിഴിൽ മൂന്നും തിരക്കഥകളുടെ രചനയിലും ഭാഗഭാക്കായിട്ടുണ്ട്. ഇതി നൊക്കെ പുറമെ, വെബ്സൈറ്റ് രചനകളിലും ഇദ്ദേഹം സജീവമാണ്. 'നൂറു സിംഹാസനങ്ങൾ' എന്ന നോവൽ മലയാളത്തിൽ വളരെയേറെ ചർച്ച ചെയ്യപ്പെ ടുകയും വായിക്കപ്പെടുകയും ചെയ്ത കൃതിയാണ്.

Malayalam Language
Aana Doctor
(Novel)
by
Jayamohan

♦

Published in July 2017
by Kairali Books Private Limited
Thalikkavu Road, Kannur.
Ph : 0497 2761200
kairalibooksknr@gmail.com

♦

Cover Design
Dwijith

♦

Price ₹ : 150.00
22/17-18/SI.No.913/POD100/NS 18.6
ISBN.978-93-86197-93-1

ആന ഡോക്ടർ

ജയമോഹൻ

കൈരളി ബുക്സ്

ഒരു പുരാണം

ഇതൊരു ആധുനിക സാഹിത്യം അല്ല. ശരിക്കും പറഞ്ഞാൽ ഇതൊരു പുരാണം. മഹാന്മാരെയും മഹാവീരന്മാരെയും കഥകളിലൂടെ ചരിത്രത്തിൽ നിർത്തുക എന്നതാണ് പൗരാണികന്റെ കർമ്മം. ഇതൊരു പ്രചരണകഥയാണ്. അതുകൊണ്ട് ഇതിനു കോപ്പിറൈറ്റ് ഇല്ല. തമിഴ്നാട്ടിൽ മുപ്പതോളം പ്രസിദ്ധീകരണങ്ങളും വ്യക്തികളും ഇത് അച്ചടിച്ചു വിതരണം ചെയ്തിട്ടുണ്ട്. ഇന്നും തമിഴ്നാട്ടിൽ ഏറ്റവും കൂടുതൽ വായിക്കപ്പെടുന്ന കഥയാണിത്. ധാരാളം സ്കൂളുകളിൽ ഇത് പാഠമാണ്. 2002ൽ ഡോക്ടർ കെ. മരിച്ചപ്പോൾ അദ്ദേഹത്തിന്റെ സഹപ്രവർത്തകർ ഒഴിച്ച് മറ്റാരും അറിഞ്ഞിരുന്നില്ല. ഇന്ന് കൊല്ലംതോറും ഡോക്ടർക്ക് ആദരാഞ്ജലികൾ അർപ്പിച്ചുകൊണ്ട് യാഗങ്ങൾ നടക്കുന്നു. പുരാണത്തിന്റെ ശക്തി അതാണ്.

ആദർശത്തിൽ ഉറച്ചുജീവിച്ച മനുഷ്യരുടെ പന്ത്രണ്ടു കഥകൾ ഉള്ള 'അറം' എന്ന സമാഹാരം ഞാൻ 2010ൽ എഴുതുകയുണ്ടായി. അതിലുള്ള മറ്റൊരു കഥയാണിത് – 'നൂറു സിംഹാസനങ്ങൾ', 'വണങ്ങാന' എന്നിവ പോലെ.

ഗവിയിലെ മുൻഫോറസ്റ്റ് ഉദ്യോഗസ്ഥനും എന്റെ സുഹൃത്തുമായ ബഷീറിന് നന്ദി. അദ്ദേഹത്തോട് നടത്തിയ സംഭാഷണങ്ങൾ ഈ കഥയ്ക്ക് സഹായകമായിട്ടുണ്ട്.

ഡോക്ടർ കെ.

ആന ഡോക്ടർ എന്നറിയപ്പെട്ട ഡോക്ടർ വി. കൃഷ്ണമൂർത്തി (1923–2002) തമിഴകത്തിലെ പ്രധാന മൃഗഡോക്ടറും വനസംരക്ഷക നുമായിരുന്നു. ആനകൾക്കായി ജീവിച്ചു. അദ്ദേഹം ടോപ്പ് സ്ലിപ്പിൽ കഴിഞ്ഞ വീട് ഇന്ന് അദ്ദേഹത്തിന്റെ സ്മാരകമാണ്.

പഴയ മദിരാശി പ്രസിഡൻസിയിൽ വൈദ്യനാഥയ്യരുടെ മകനായി ജനിച്ചു. മദ്രാസ് വെറ്ററിനറി കോളേജിൽ നിന്ന് ബിരുദം നേടി. 1952ൽ ഇന്ത്യൻ വനംവകുപ്പിൽ ഡോക്ടറായി പണിയിൽ കയറി. തേക്കടി യിലും ടോപ്സ്ലിപ്പിലുമായി താമസിച്ച് ജോലി ചെയ്തു.

ആനകൾക്കായി ജീവിതം മാറ്റിവെച്ചയാളാണ് ഡോക്ടർ കെ. വന്യ മൃഗങ്ങൾക്ക് പോസ്റ്റ്മോർട്ടം വേണം എന്ന് എഴുതിയും പോരാടിയും വിജയിച്ചു. പോസ്റ്റ്മോർട്ടം ചെയ്ത് തുടങ്ങിയപ്പോഴാണ് തമിഴ്നാട്ടിലും കേരളത്തിലും മരിക്കുന്ന ആനകളിൽ പകുതിയോളം ആനകൾ വേട്ട ക്കാരുടെ ഇരകളാണെന്ന് മനസ്സിലായത്. 1953 മുതൽ 1956 വരെ അദ്ദേഹം 18 ആനകളുടെ ജഡം പരിശോധിച്ചപ്പോൾ അവയിൽ 12 ആനകൾ മനുഷ്യരാൽ കൊല്ലപ്പെട്ടവ എന്ന് വ്യക്തമായി.

ആനകൾക്ക് പറ്റിയ സ്ഥലം കാടുകളാണ് എന്ന് കൃഷ്ണമൂർത്തി പറഞ്ഞു. ക്ഷേത്രങ്ങളിലെ ആനകളെ കൊല്ലത്തിലൊരിക്കൽ കാടുക ളിലേക്ക് കൊണ്ടുചെന്ന് ഒരു മാസം താമസിപ്പിക്കുന്ന പദ്ധതി അദ്ദേഹം ഉണ്ടാക്കിയതാണ്. 15 ആളുകളെ കൊന്ന മുതുമലയിലെ മേഘ്ന ആനയെ മെരുക്കാൻ അദ്ദേഹത്തിന് കഴിഞ്ഞത് വാർത്തയായി. ജയല ളിതയുടെ മരണത്തിനുശേഷം ആനകളുടെ വനയാത്ര പദ്ധതി നിർത്ത ലാക്കപ്പെട്ടു.

ഡോക്ടർ കെ 1972ൽ വാഷിങ്ടണിലെ സ്മിത്സോണിയൻ ഇൻസ്റ്റിറ്റ്യൂട്ടിന്റെ സ്കോളർഷിപ്പ് നേടി. നാട്ടാനകളെ പരിരക്ഷിക്കുന്ന തിനെപ്പറ്റി ധാരാളം പഠനക്യാമ്പുകൾ നടത്തി. അതിനൊരു പദ്ധതി ഉണ്ടാക്കി സർക്കാരിനെക്കൊണ്ട് സ്വീകരിപ്പിച്ചു. അമ്പതോളം പഠന ങ്ങൾ അദ്ദേഹം എഴുതിയിട്ടുണ്ട്. ഒടുവിലത്തെ ലേഖനം 1999ൽ നേച്ചർ മാസികയിൽ പ്രസിദ്ധീകരിച്ചതാണ്. International Union for the Conservation of natural resources, Asian Elephant Specialist Group തുടങ്ങി പല സംഘടനകളിലെ അംഗമായിരുന്നു. 2000ത്തിൽ വനരക്ഷകർക്കുള്ള ഏറ്റവും വലിയ അംഗീകാരമായ വേണു മേനോൻ അലൈസ് അവാർഡ് അദ്ദേഹത്തിന് ലഭിച്ചു.

2002 ഡിസംബർ 9ന് 73ാം വയസ്സിൽ ഡോക്ടർ കെ. നിര്യാതനാ യി. ഇംഗ്ലീഷ് പത്രങ്ങളിലെ ഏതാനും വാർത്തകളൊഴിച്ചാൽ തമിഴ്നാ ട്ടിൽ പൊതുവേ ആരും ശ്രദ്ധിക്കാതെ കടന്നുപോയ ഒരു ജീവിതമാ യിരുന്നു.

ഒന്ന്

കാലത്ത് ആറുമണിക്കുതന്നെ ഫോൺ ശബ്ദിച്ചാൽ എരിച്ചലോടെയല്ലാതെ അത് എടുക്കാൻ എനിക്ക് പറ്റില്ല. ഞാൻ ഒരുപാട് വൈകിയാണ് രാത്രി ഉറങ്ങാറ്. ഏപ്രിൽ, മെയ് ഒഴിച്ച് മറ്റുള്ള മാസങ്ങൾ മുഴുവൻ മഴയു തണുപ്പും ഉള്ള ഈ കാട്ടിൽ എല്ലാവരും അന്തിമയങ്ങിക്കഴിയുമ്പോൾത്തന്നെ നാട്ടുചാരായം മോന്തി കിടന്നുറങ്ങിക്കഴിഞ്ഞിരിക്കും. എട്ടുമണിക്ക് പ്രേതങ്ങൾ സഞ്ചരിക്കാൻ പാകത്തിൽ ഇരുട്ടും ഏകാന്തതയും ഇടവഴികളിൽ നിറഞ്ഞിരിക്കും. പ്രശ്നം എന്താണെന്നു വച്ചാൽ ഫോറസ്റ്റ് ഗാർഡുമാരും ഉറങ്ങിക്കഴിഞ്ഞിരിക്കും. അതുകൊണ്ട് ഞാൻ ഒൻപതുമണിക്ക് ജീപ്പ് എടുത്ത് ഒന്നു കറങ്ങാനിറങ്ങും. ഏതെങ്കിലും ഫോറസ്റ്റ് ക്യാംപിലേക്കു ചെന്ന് കയറി രണ്ടുമൂന്ന് ഗാർഡുകളെ കയറ്റിക്കൊണ്ട് കാടിന്റെയുള്ളിൽ ഒന്ന് ചുറ്റിവരും. എന്റെ ജോലിയിൽ ഞാൻ കാര്യമാക്കുന്നത് ഇതുമാത്രം. പകൽ മുഴുവൻ പൊരുളില്ലാത്ത കടലാസുപണികൾ. മടുപ്പിൽനിന്ന് കരകയറി ഒരു ഫോറസ്റ്റ് ഓഫീസറായി എന്നെ എനിക്കു ബോധിക്കുന്നത് അപ്പോൾ മാത്രം.

ഫോൺ നിന്നു. കരിമ്പടം വലിച്ചുമൂടി ഞാൻ തിരിഞ്ഞുകിടന്നു. കാലത്ത് കാട്ടിൽനിന്ന് ആരും വിളിക്കാറില്ല എന്ന് ചിത്തം തെളിഞ്ഞത് അപ്പോഴാണ്. വിളിക്കണമെങ്കിൽ തൊപ്പിയോ തലയോ പോകുന്ന കാര്യം വേണം. വനംവകുപ്പിൽ വെള്ളമടിക്കാത്ത ഒരാ

ളേയുള്ളൂ. അദ്ദേഹം തന്നെയാണോ? "പോട്ടെടോ' എന്നു തലച്ചോറ് പറഞ്ഞു. ചിന്തകളുടെ മീതെ മണൽ ചെരിഞ്ഞു തുടങ്ങി. ഞാൻ സ്വയം ഇല്ലാതാകുന്നതിന്റെ ഒടുവിലത്തെ പടിയിൽനിന്ന് ആയം കൂട്ടുകയായിരുന്നു. ഒരുകാൽ പൊന്തിക്കഴിഞ്ഞു. മറ്റേക്കാൽ പാറി. അപ്പോൾ അടുത്ത വിളി.

ആരാണ്, എന്തിനാണ് എന്ന് ആസിഡ് വീണതുപോലെ ചിത്തം മനസ്സിലാക്കിക്കഴിഞ്ഞു. എന്റെ ദേഹം പതറി. എങ്ങനെ അതു മറന്നു ഞാൻ? ഒന്നുമയങ്ങിയാൽ ഈ ചള്ള് പണികളെപ്പറ്റി മാത്ര മാണ് എന്റെ ഉള്ള് ചിന്തിക്കുന്നത്. എന്നാൽ ഞാൻ അതെല്ലാം മാത്ര മാണോ? റിസീവർ എടുത്ത് 'ഹലോ' എന്നു പറഞ്ഞപ്പോൾ എന്റെ ചടവ് മാറിക്കഴിഞ്ഞിരുന്നു. ഇത്തരം സന്ദർഭങ്ങളെ സ്വയം രണ്ടായി പിളർന്നാണ് നാം സമീപിക്കുന്നത്. ഏറ്റവും നല്ല വഴി അതുതന്നെ. മറുവശത്ത് ആനന്ദ്.

"എന്തെടാ ഉറങ്ങിയില്ലേ?"

ഞാൻ കരിമ്പടം മാറ്റിയിട്ടു. "ഇല്ല ഇന്നലെ ഉറങ്ങാൻ വൈകി." എഴുന്നേറ്റ് ചെയറിൽ ഇരുന്നു. ''പറ."

"ഇന്നലെ സാംസ്കാരികവകുപ്പുമന്ത്രി ഇങ്ങോട്ടു വിളിച്ചിരുന്നു. ഒന്ന് കാണാമോ എന്ന്. എന്താണ് സംഗതി എന്നു മനസ്സിലായി. ഉടൻതന്നെ അങ്ങോട്ടുപോയി. ഹോംഗാർഡനിൽവെച്ച് അരമണി ക്കൂർ സംസാരിച്ചു. സ്കോച്ച്.

'കാര്യം പറയെടോ' എന്നു ഞാൻ പറഞ്ഞു. 'പുള്ളി വളരെ ഇംപ്രസ്ഡ് ആയിട്ടുണ്ട്. കമ്മറ്റയിലെ മുഴുവൻ അംഗങ്ങളും അത്ഭു തപ്പെട്ടുവത്രേ. എല്ലാവർക്കും വളരെ സന്തോഷം. അദ്ദേഹത്തെ ഒരി ക്കൽ കാണാൻ കഴിയുമോ എന്നു മന്ത്രി എന്നോട് ചോദിച്ചു. അവാർഡ് വാങ്ങാൻ അദ്ദേഹം ഇങ്ങോട്ടു വരുമല്ലോ എന്നു ഞാൻ പറഞ്ഞു. അങ്ങനെയല്ല അദ്ദേഹത്തിന്റെ ബന്ധുക്കളായ ആനക ളുടെ ഒപ്പം കാണാനാണ് അഗ്രഹം എന്ന് പറഞ്ഞു. സാർ സമയം തന്നാൽ മതി, ഞാൻ തന്നെ ഏർപ്പാടാക്കാം എന്നു ഞാൻ പറ ഞ്ഞു.'

"സോ?" ആനന്ദ് ചിരിച്ചു. "എന്തോന്ന് സോ. എടേയ് കാര്യം കൺഫർമായിക്കഴിഞ്ഞു. ലിസ്റ്റ് ഇന്നലെ രാത്രിതന്നെ റെഡിയായി.

ഇന്ന് മിനിസ്ട്രിയിൽ നിന്നു പ്രസിഡണ്ടിന്റെ ഓഫീസിലേക്കു ചെല്ലും. നാളെ ഉച്ചയ്ക്ക് രണ്ടുമണിക്ക് ഒപ്പാകും. പ്രസിഡണ്ട് ഇപ്പോൾ ഉച്ചയൂണിനുശേഷം ഓഫീസിലേക്കു വരാറില്ല. വൈകുന്നേരം അഞ്ചുമണിക്കുള്ളിൽ പത്രവാർത്തയ്ക്കു കൊടുക്കും. ഏഴരമണിക്കുള്ള വാർത്തയിൽ ഉണ്ടാവും. പോരേ?”

എന്റെ ശരീരത്തിലെ സെല്ലുകൾ മുഴുവൻ പതയിലെ കുമിളകൾ പോലെ പൊട്ടി. ഞാൻ ചുരുങ്ങി ഇല്ലാതാവുന്നതായി തോന്നി.

“എന്തെഡേ” എന്ന് ആനന്ദ് ചോദിച്ചു.

എന്റെ തൊണ്ടയിൽ ഒരു കുമിള നിന്ന് വിങ്ങി. ഞാൻ ശ്വാസം കൊണ്ട് അതിനെ മുട്ടി. അതു പൊട്ടുന്നതുപോലെ ഒച്ചവന്നു.

“ഹലോ... എടയ് എന്തുവാടേ?” ഞാൻ ഒന്നു വിതുമ്പി.

ആനന്ദ് ‘ഓ’ എന്ന് പറഞ്ഞു. എന്റെ കെട്ടുകൾ അഴിഞ്ഞു. “നന്ദിയുടണ്ടെടോ.’ എന്റെ ശബ്ദം ഇടറി. ഞാൻ കരയുകയായിരുന്നു.

“എന്തു കുന്തമാടാ, നന്ദിയും പന്നിയും ഒക്കെ കള... വെറുതെ” ആനന്ദ് ചിരിക്കുന്ന ശബ്ദം. അവന്റെ കണ്ണുകളും കിനിയുന്നുണ്ടാവണം. ഞാൻ എന്റെ ചിന്തകളെ മുഴുവൻ മുറുക്കി കല്ലാക്കി ആ ഭാരമെടുത്ത് എന്റെ വികാരങ്ങളുടെ മീതെ വച്ചു. ചെറിയ രണ്ടു തേങ്ങലുകൾക്കുശേഷം ശമിച്ചു. “നന്ദിയുണ്ടെടോ... ഞാൻ ഇത് ഒരിക്കലും മറക്കില്ല. ഇതിനായി ഇത്രയും കാലം...” ഈ കാട്ടിൽ കിടന്ന്...

ആനന്ദ് ഇപ്പോൾ ശരിക്കും ചൊടിച്ചു. ‘കളയെടോ. ആർ ചെയ്താലെന്ത്? വലിയൊരു കാര്യമാണ് നടന്നിരിക്കുന്നത്. സത്യമായിട്ടും എന്തു പറയണം എന്നുതന്നെ എനിക്കറിയില്ല.’

പെട്ടെന്ന് ഞാൻ എല്ലാവരിൽനിന്നും വിട്ടുപോന്നു. എണീറ്റ് പുറത്തേക്ക് ഓടി കൈ രണ്ടും വിരിച്ച് ആകാശത്തേക്കു നോക്കി അമറണം എന്നു തോന്നി. എന്തിനെയെങ്കിലും ചവിട്ടി മെതിക്കണം. തല്ലിപ്പൊളിക്കണം. ഭ്രാന്തെടുത്ത് നൃത്തം ചവിട്ടണം.

“എന്തെടോ?” ആനന്ദ്.

‘ഒന്നുമില്ല’ എന്നു പറഞ്ഞപ്പോൾ ഞാൻ ചിരിക്കുകയായിരുന്നു. ‘എഴുന്നേറ്റ് ഡാൻസ് കളിക്കണമെന്ന് തോന്നുന്നു.’

ആനന്ദ് ചിരിച്ചുകൊണ്ട് ‘കളിച്ചോളൂ’ എന്ന് പറഞ്ഞു. ‘ശരിക്കും പറഞ്ഞാൽ ഞാൻ വൈകുന്നേരം മുതൽ കളിക്കുകയാണ്. മാലി

നിക്കു ചിരി. ഇയാൾക്ക് ഭ്രാന്തുണ്ടോന്ന്. ഉണ്ടെടീ നല്ല വട്ടഭ്രാന്ത്, കൊറേ വേണോ എന്ന് ഞാൻ ചോദിച്ചു. ഇന്നലെ ഒരു നൂറു തവണ നിന്നെ വിളിക്കണമെന്നു തോന്നി. ഒന്ന് ഉറപ്പായിക്കിട്ടട്ടേ എന്നു മുറുക്കിപ്പിടിച്ചതാ. പിന്നെ രണ്ട് തവണ വിളിച്ചപ്പോൾ നീ എടുത്തില്ല. ഞാൻ, “സോറി... ഞാൻ കാട്ടിലായിരുന്നു’ എന്ന് പറഞ്ഞു.

‘ഞാൻ ഊഹിച്ചു. ഞാനും രണ്ടെണ്ണം പൂശിയിട്ട് കിടന്നുറങ്ങി. കാലത്ത് വിളിക്കാതിരിക്കാൻ കഴിഞ്ഞില്ല. ഇവിടെ ആരോടും പറഞ്ഞിട്ടില്ല. കാര്യങ്ങൾ വഴിയേ വന്നതിനുശേഷം പറയാമല്ലോന്ന് കരുതി.”

‘യൂ ഡിഡ് എ ഗ്രേയ്റ്റ് ജോബ്’ എന്നു ഞാൻ പറഞ്ഞു. “പോട്ടേ ഇത് നമ്മുടെ കടമയല്ലേ? ഇതിനൊക്കെയാണ് നമുക്ക് മാസംതോറും ശമ്പളം തരുന്നത്. പക്ഷേ ചെയ്യുന്നതു മുഴുവൻ പായ വിരിച്ചിടുന്നതും അടയ്ക്കാ നുറുക്കിക്കൊടുക്കുന്നതും. ഈ ഡൽഹി പരിചാരകന്മാരുടെ ഒരു തട്ടകമാ. ജെ.എൻ.യു.വിലുണ്ടായിരുന്നപ്പോ എന്തൊക്കെ സ്വപ്നങ്ങളായിരുന്നു. ഒന്ന് ആഞ്ഞ് പിടിച്ചാൽ ഡൽഹിയെ നീക്കി കൊൽക്കത്തയിലക്കു കൊണ്ടുചെല്ലാൻ കഴിയും എന്നൊക്കെ. ഇപ്പോൾ പെട്ടിയിലിട്ട് പൂട്ടി പിന്നാമ്പുറത്തുള്ള മുറിയിലിട്ടിരിക്കുകയാ. വെപ്പ് പല്ല് എടുത്തുവയ്ക്കുന്നതുപോലെ കാലത്ത് ഒരു ചിരി എടുത്ത് ഫിറ്റ് ചെയ്യും. പിന്നെ അതുംകൊണ്ട് കന്നിമാസത്തിലെ നായപോലെ മുനകൂർപ്പിച്ചുകൊണ്ട് ഒരു നടത്തം. മടുത്തെടോ. ചെലപ്പോൾ ഒക്കെ വേണ്ടെന്ന് വെച്ചിട്ട് ഇറങ്ങിത്തിരിച്ചാലോന്ന് തോന്നിപ്പോകും. പക്ഷേ, കാറിന്റെ കതകു തുറക്കാൻ വൈകിയാൽ ഡ്രൈവറോട് തട്ടിക്കയറുന്ന ഒരു ശുംഭനും എന്റെയുള്ളിലുണ്ട്. അയാളെ ഒന്നും ചെയ്യാനാവില്ല... നീ എനിക്കു തന്നത് വലിയൊരു സന്ദർഭമാണ്. ഇടയ്ക്കൊന്നു മനുഷ്യനാകാനുള്ള ഒരു വഴി,. നന്ദി പറയേണ്ടതു ഞാനാണ്. എനിക്കിപ്പോൾ വല്ലാത്ത നിറവുണ്ട്. ശരിക്കുപറഞ്ഞാൽ വലിയൊരു കുമ്പസാരം കഴിഞ്ഞ് പള്ളിയിലെ പടിയിറങ്ങുന്നതുപോലെ തോന്നുന്നു. ഞാൻ ചിരിച്ചുകൊണ്ട് ‘മതി, കരയണ്ട കേട്ടോ’ എന്നു പറഞ്ഞു.

‘കരയുകയോ, കൊള്ളാം. നിനക്കെന്റെ ഉള്ളിൽ കഴിയുന്ന

ഇയാളെ അറിയില്ല. നീ ഈ കാര്യവും പറഞ്ഞ് എന്നെ സമീപിച്ച പ്പോൾ നീ എത്ര വാങ്ങിച്ചിട്ടുണ്ടാവും എന്നാണ് ഇയാൾ സംശയി ച്ചത്. ഞാൻ ചിരിച്ചുകൊണ്ട് 'ഫോൺ വച്ചേക്കെടാ പട്ടി' എന്നു പറഞ്ഞു. 'ഈ പട്ടി വിളി കേട്ടിട്ട് കൊറേ നളായെടോ. തിരോന്തര ത്തിനെ മിസ് ചെയ്യുമ്പോൾ 'മഴു' അഭിനയിച്ച ഏതെങ്കിലും സിനിമ ഇട്ടുകാണും. ആ 'പട്ടീ' വിളി വരുമ്പോൾ സാക്ഷാൽ തങ്കച്ചിറ വിള യിൽ ജോൺസൺ നേരിൽ വന്നതുപോലെ തോന്നും. പിന്നെ ഒരു നിറവാണ്. ഏതു പോക്കിരിത്തരവും ഉളുപ്പില്ലാതെ ചെയ്യാം. എടേ യ്, ഈ പാരമ്പര്യം എന്നൊക്കെ പറയുന്നത് വെറുതെയല്ല. തങ്കച്ചി റവിളയിലെ ജോസഫിനെ താൻ അറിയില്ല. ദിവാൻ പേഷ്കാർ ആ വഴിക്കു പോയപ്പോൾ വീട്ടിൽ കേറി ഒന്ന് മൂത്രമൊഴിച്ചു. ആ മൂത്രം ഒരു കുപ്പിയിലാക്കി ഉമ്മറത്തു പ്രതിഷ്ഠിച്ചതിനുശേഷം പുള്ളിക്കാ രൻ പലിശയ്ക്കു പണം കൊടുത്തുതുടങ്ങി എന്നാണ് നാട്ടിലെ കഥ. വരട്ടേ... ഇന്ന് തിരക്കുള്ള ദിവസമാ."

കുറേ സമയം ചിന്തയൊന്നും ഓടാതെ ഞാൻ കൈയുംപൂട്ടി ചുമരിൽ നോക്കി ഇരുന്നു. മനസ്സിന്റെ നിറവ് ദേഹത്തിലെ ഭാര മായി അറിയുന്നത് ആദ്യമായിട്ട്. തുടരെ നെടുവീർപ്പുകളിട്ടപ്പോൾ ആ ഭാരം അലിഞ്ഞു. എഴുന്നേറ്റ് പോയി അടുപ്പ് കത്തിച്ച് കറുത്ത ചായ ഉണ്ടാക്കി. തിളയ്ക്കുന്ന ചായയോടെ കതകു തുറന്ന് പുറ ത്തേക്കു പോയി. ഇരുട്ടിൽ ഉള്ളംകൈ മലർത്തി നോക്കിയതു പോലെ മുറ്റം മാത്രം വെളുത്തു കണ്ടു. അകലെ മരങ്ങൾ തിങ്ങിയ കാട്ടിൽ അപ്പോഴും രാത്രി തങ്ങി നിന്നിരുന്നു. ചീവീടിന്റെ 'രീ'ങ്കാര മാണ് കാട്ടിന്റെ കേൾവി രൂപം. കണ്ണടച്ചാലും ഒപ്പമുള്ള കാട്.

ചായ വേഗംതണുത്തു. ഞാൻ ചായക്കോപ്പ കൈയിലിട്ട് ഉരുട്ടി കൊണ്ട് മുറ്റത്തിനും ചുറ്റും ഇരുട്ട് അലിഞ്ഞു മറയുന്നതു നോക്കി യിരുന്നു. ചെമ്മണ്ണു പരന്ന മുറ്റത്തിൽ ചെറിയ ഉരുളൻ കല്ലുകൾ മുഖക്കുരുക്കളെപ്പോലെ. അവ നിഴലുകൾ ചൂടി മുഴച്ച് പൊന്തി. ഓട്ടുപുരയുട മീതെ മൊറുമൊറു എന്നൊരു ഒച്ച. പുഞ്ചിരിയോടെ ഞാൻ നോക്കിയിരുന്നു. ഓട്ടുവിളിമ്പിൽ മരനായയുടെ ചെറിയ മുഖം എത്തിനോക്കി. പട്ടിക്കുട്ടിയുടെ മുഖമാണ്. എപ്പോഴും 'എന്റെയമ്മേ' എന്നൊരു ഭാവം. കണ്ണുകൾ രണ്ടു വലിയ നീർത്തുള്ളികൾ. എന്നെ

നോക്കി രണ്ടു തവണ കാതുകൾ മടക്കി. കണ്ണുകളിൽ 'എന്തുപറ്റി?' എന്ന് ഒരു ചോദ്യം. പിന്നെ 'ആ, എന്തോ ആകട്ടേ' എന്ന ഒരു ഭാവ മാറ്റം. ഓട്ടുവിളമ്പിൽ തൂങ്ങി ഇറങ്ങി തുണി ഉണക്കാനുള്ള കമ്പി അയയിലൂടെ ഒഴുകിപ്പോയി അപ്പുറത്തുള്ള ഞാവൽമരത്തിന്റെ താണകൊമ്പിലേക്കു പറ്റിക്കയറി മുകളിലെത്തി മറഞ്ഞു. അതു പോകുന്നതു നോക്കിനിന്നാൽ ഏറ്റവും വൃത്തികെട്ട സഞ്ചാരമാർഗം നടത്തമാണ് എന്നു തോന്നിപ്പോകും. പ്രധാനമായി പറയേണ്ടത് കൈകളുടെ ശക്തി നമ്മൾ പ്രയോജനപ്പെടുത്തുന്നതേ ഇല്ല. വികൃതമായി രണ്ടു കൈകളും ആട്ടിക്കൊണ്ട് ആഞ്ഞാഞ്ഞ് ഇഴയുന്നു.

എണീറ്റ് അകത്തേക്ക് പോയി കോപ്പ കഴുകിവച്ചു. എന്തു ചെയ്യാനാണ്? ശരിക്കു പറഞ്ഞാൽ വൈകുന്നേരം വരെ കാത്തിരിക്കുക തന്നെ. പക്ഷേ ഇവിടെ ഒറ്റയ്ക്കിരിക്കാനാവില്ല. ഓഫീസിൽ പോയി ഫയലുകൾ നോക്കുന്നതിനെപ്പറ്റി ചിന്തിക്കാനേ പറ്റില്ല. കാട്ടിൽ ചുറ്റിയടിക്കാം. പക്ഷേ, അതിനെക്കാൾ അദ്ദേഹത്തിന്റെ ഒപ്പം ഉണ്ടായിരിക്കുകയാണ് വേണ്ടത് എന്നു തോന്നി. ഓഫീസിലെ താളുകളെപ്പോലെ ഓക്കാനമുണ്ടാക്കുന്നവ വേറെ ഇല്ല. കാടിന്റെ അപാരതയെ വെറും സംഖ്യകളായി മാറ്റുന്നവ. മനുഷ്യരെ വേണമെങ്കിൽമാറ്റിക്കോളൂ. അതിനായി അവർ വന്ന് ഓച്ഛാനിച്ചു നിൽക്കുകയുമാണ്. ഈ ദിവസം ഞാൻ ജീവിതം മുഴുവൻ ഓർത്തിരിക്കാൻ പോകുന്നതാണ്. ഇതിന്റെ ഓരോ നിമിഷവും പൊരുൾ ഉള്ളതായിരിക്കണം. അതെ, ഇന്ന് പകൽ മുഴുവൻ അദ്ദേഹത്തിന്റെ ഒപ്പം ഇരിക്കണം. കൈയിൽ ഒരു ട്രാൻസിസ്റ്റർ കരുതണം. വാർത്ത വരുമ്പോൾ അദ്ദേഹത്തിനെ കേൾപ്പിക്കണം. അദ്ദേഹം വലിയ കാര്യമാക്കാനിടയില്ല. കണ്ണുകൾ ഒന്നു വിരിയും. ചെറിയ പരിഹാസം എപ്പോഴുമുള്ള മുഖം. പെട്ടെന്ന് കുനിഞ്ഞ് അദ്ദേഹത്തിന്റെ കാലുകൾ തൊട്ട് വന്ദിക്കണം. ഒരുപാട് കാലമായിട്ടുള്ള ആഗ്രഹമാണ്. ഒരു നാണം. ഇതാണ് സന്ദർഭം. അപ്പോൾ എന്റെ കണ്ണുകൾ നനയാതിരിക്കില്ല. ഞാൻ വിങ്ങിപ്പോവും.

ഇതിന്റെ പിന്നിൽ ഞാനാണെന്ന് ഒരിക്കലും അദ്ദേഹം മനസ്സിലാക്കാൻ പാടില്ല. പക്ഷേ, എന്തായാലും അദ്ദേഹം അറിയും. എല്ലാം അറിയുന്ന ഒരു ലോകായതൻ അദ്ദേഹത്തിന്റെ ഉള്ളിൽ ഉണ്ട്. ഒന്നും പറയില്ല. സ്വന്തം രീതിയിൽ എന്തെങ്കിലും ചെയ്തുകൊണ്ട് പരി

ഹാസത്തോടെ ഒരു വാക്ക് പറയും. 'വളരെ നന്ദി, ഒരുപക്ഷേ എന്നെ അവർ പ്രസിഡണ്ട് പദവിയിലേക്കും പരിഗണിച്ചേക്കും.' ഞാൻ വ്രണപ്പെട്ടുവോ എന്നു ശങ്കിച്ച് കുറേ കഴിഞ്ഞ് വെറുതെ എന്ന പോലെ നോക്കും. യാദൃച്ഛികമെന്നതുപോലെ എന്നെ ഒന്നു തൊട്ട് 'ആ കത്രിക എടുക്കൂ' എന്നു പറയും. ഒരു ബന്ധവും ഇല്ലാതെ ബൈറനെപ്പറ്റിയോ കമ്പനെപ്പറ്റിയോ എന്തെങ്കിലും പറഞ്ഞുതുടങ്ങും. പക്ഷേ, എനിക്ക് ആ ചിരിമാത്രം മതി. പിച്ചക്കാരന്റെ പാത്രത്തിൽ വീണ പൊന്നാണ് അത്.

രണ്ട്

കോട്ടും കൈയുറകളും ഇട്ട് പുറത്തേക്കുപോയി ബൈക്ക് എടുത്ത് പാതയിലേക്കു കയറി. ഒച്ച കേട്ട് കാടിന്റെയുള്ളിലെ പക്ഷികൾ ഉണർന്ന് എഴുന്നേറ്റു ചിറകടിച്ചു. കാടിന്റെ ആഴത്തിലെവിടെയോ മാറ്റൊലി കേട്ടു. കുടിലുകൾക്ക് മുന്നിൽ വിനോദയാത്രയ്ക്ക് വന്ന പയ്യന്മാർ സ്വെറ്ററും മങ്കികേപ്പും ഒക്കെ ഇട്ട് ദേഹം മുറുക്കി കൂനിക്കൂടി നിൽക്കുന്നത് കണ്ടു. അവർ ജീപ്പ് കാത്ത് നിൽക്കുകയാണ്. പുലർച്ചയ്ക്കു കാടിന്റെ ഉള്ളിലെത്തിയാൽ ആനയെയോ കടുവയെയോ കാണാനാവും. പക്ഷേ, ഇവർ ഒന്നും കാണില്ല. കാടിന്റെയുള്ളിൽ എത്തിയാൽ നിശ്ശബ്ദരാവണം എന്ന് അറിയാവുന്ന നാട്ടുമനുഷ്യർ വളരെ വളരെ ചുരുക്കം. നാട്ടിലുള്ള മുഴുവൻ ചവറുകളും അവർ ഇങ്ങോട്ടു കൊണ്ടുവരും. ഐ.ടി. വിഭാഗത്തിന്റെ ആളുകളാണ്. ആ രംഗത്തുള്ള പ്രശ്നങ്ങളെപ്പറ്റി ഉറക്കെ സംസാരിക്കുന്നു. ഒരാൾ പറയുന്നത് മറ്റൊരാൾ ഇടയ്ക്കു കയറി മുറിക്കുന്നു. പരിഹസിക്കുന്നു. ആക്രോശിക്കുന്നു. കുരങ്ങുകൾ ഇങ്ങനെയാണു തമ്മിൽ സംസാരിക്കുന്നത്. അകലെ നിന്നു നോക്കുമ്പോൾ ഒരുതരം കുരങ്ങുകൾ എന്നുതന്നെ തോന്നാറുണ്ട്.

കാടിന്റെയുള്ളിലേക്ക് കയറിയപ്പോൾ ചിന്തകൾ പതയടങ്ങി. തലയ്ക്കു മുകളിലെ പച്ചപ്പിൽനിന്ന് മഞ്ഞ് പൊഴിഞ്ഞു. കാടുമുഴുവൻ ആ ഒച്ച നാഡിത്തുടിപ്പുപോലെ. ചപ്പു പരന്ന പാതയിൽ ചക്രങ്ങൾ കയറിയപ്പോൾ ഒച്ച കേട്ട് രണ്ടുവശത്തും കുറ്റിക്കാടിന്റെയുള്ളിൽ ചെറിയ പ്രാണികൾ ഓടിയകന്നു. അകലെ മരത്തിന്റെ മുകളിലിരുന്ന കരിങ്കുരങ്ങ് ചെണ്ട മുട്ടുന്നതുപോലെ താളത്തോടെ ഒച്ചയിട്ടു. അയാൾ കാവൽക്കാരൻ. 'ദാ വരുന്നു മറ്റവൻ. കാര്യമാക്കണ്ട' എന്നാണു പറയുന്നത്. കാടു മുഴുവൻ കാണുന്ന കൊമ്പിലായിരിക്കും. എല്ലാ ഒച്ചയും കേൾക്കും.

ഞാൻ ആ മരത്തിന്റെ അടുത്തെത്തിയപ്പോൾ ചെണ്ടയുടെ വേഗം കൂടി. നിലത്തും താഴ്ന്ന കൊമ്പുകളിലും ഉണ്ടായിരുന്ന കരിങ്കുരങ്ങുകൾ കാറ്റ് ചെല്ലുന്ന ഒച്ചയും അനക്കവും ഉണ്ടാക്കിക്കൊണ്ട് മുകളിലേക്ക് കയറിപ്പോയി. രണ്ട് മരങ്ങളിൽ ഇലത്തഴപ്പിന്റെ നടുക്ക് കറുത്ത വാവലുകൾ തൂങ്ങുന്നത് ഞാൻ കണ്ടു. പത്തിരുപത് കുരങ്ങുകൾ ഉണ്ടാകുമെന്ന് തോന്നി. അവ എന്നെയാണ് ശ്രദ്ധിക്കുന്നത്. എല്ലാ കണ്ണുകളിലും ചെറിയൊരു മടുപ്പും ഉണ്ടാകും. ചെറുകുരങ്ങിന്റെ കണ്ണുകളിൽ ഒടുങ്ങാത്ത അറിവിന്റെ ദാഹമാണ്. കരിങ്കുരങ്ങിന് എന്തോ ചരിത്രപരമായി സംഭവിച്ചിട്ടുണ്ടാവും. മനുഷ്യനാവാൻ ശ്രമിച്ച് തോറ്റ കൂട്ടത്തിലാകാനാണ് സാധ്യത. ഞാൻ കടന്നുപോയപ്പോൾ 'പോയി' പകയൻ എന്ന ഒച്ച. ഇത് ശമിക്കുന്ന താളം. കുരങ്ങിന്റെ അറിയിപ്പ് കേട്ട് കുറ്റിക്കാട്ടിൽ ഒളിച്ച രണ്ട് കേഴമാനുകൾ പുറത്ത് വന്ന് ചെവിമലർത്തി നോക്കിനിൽക്കുന്നത് ഞാൻ തിരിഞ്ഞുനോക്കിയപ്പോൾ കണ്ടു. രണ്ടിന്റെയും വാൽ തുടിച്ച് നിന്നിരുന്നു. പഴുത്ത മാവിലയുടെ നിറം. പുറത്ത് പുളിയില പുള്ളികൾ. ഓടാനൊന്നും കഴിയില്ലെങ്കിലും എപ്പോഴും 'ഞാനിപ്പം ഓടുമേ' എന്ന മട്ടിൽ ഒരു ഞെട്ടലുണ്ടാവും ദേഹത്ത്.

എ 31/72 ബണ്ട് നിറച്ച് വെള്ളമുണ്ടായിരുന്നു. കല്ലുകെട്ടിയ കരയിൽ ചെറിയ ഓളങ്ങൾ വന്ന് അലച്ചുകൊണ്ടിരുന്നു. പുകപിടിപ്പിച്ച കണ്ണാടിപോലുള്ള വെള്ളത്തിന്റെ മീതെ ആവി മടിച്ചുനിന്നു. ചുറ്റിലും നിന്ന മരങ്ങളുടെ നിഴലുകൾ ഞെളിഞ്ഞാടി. ആനപ്പുറം പോലെ തോന്നിയ പാറയിൽ വലിയ താല്പര്യമൊന്നും ഇല്ലാതെ ഒരു കൊറ്റി ഇരിക്കുന്നത് കണ്ടു. വലതുവശത്ത് ഇറങ്ങിപ്പോയ കരിങ്കല്ലിൽ തളമിട്ട പാത പണ്ട് സായിപ്പന്മാർ കുതിരയിൽ പോകാൻ വേണ്ടി ഉണ്ടാക്കിയതാണ്. നൂറു കൊല്ലം കഴിഞ്ഞിട്ടും നല്ല ഉറപ്പുണ്ട്. ചെളിയിൽ താറാവു നടക്കുന്നതുപോലെ ജീപ്പ് പോകും. മൈക്കൽ ജാക്സനെപോലെ ബൈക്ക് പോകും. കാടിന്റെയുള്ളിൽ പാതകളൊന്നും വേണ്ട എന്നതാണു പുതിയ നയം.

ആ പാത ചെന്നു ചേരുന്നത് ഒരു കുന്നിൻചെരുവിൽ. അവിടെയാണ് ഞാൻ അദ്യമായി ഡോ. കൃഷ്ണമൂർത്തിയെ കണ്ടത്. ഞാൻ വനംവകുപ്പിൽ പണിക്കുചേർന്ന് അപ്പോൾ രണ്ടുകൊല്ലം കഴിഞ്ഞിരുന്നു. ഒരുകൊല്ലം കുനൂർ. ആറുമാസം കുളക്കാട്, പിന്നെ ആറു

മാസം കോയമ്പത്തൂർ. കാട് തലയ്ക്കടിക്കുക എന്നാണ് ഇവിടങ്ങളിൽ പറയാറ്. കാട്ടിലാണ് പണി എന്നറിയുമ്പോൾ തന്നെ നാട്ടുകാരും ബന്ധുക്കളും സഹതാപം ചൊരിഞ്ഞു തുടങ്ങും. 'ഇതിനാണോടാ നീ ഈ പരീക്ഷയൊക്കെ എഴുതിയത്' എന്ന് അമ്മാവൻ. 'പോരേ വേഗം ഊരി ഇങ്ങ് പോരാൻ നോക്ക്. എന്റെ ഒരു ശേഷാറൻ മുകളിലുണ്ട്. ഞാൻ വേണമെങ്കിൽ പറയാം. വല്ലതും കൊടുക്കേണ്ടിവരും' എന്നു നാഗപ്പൻ മുതലാളി. 'ബ്രോ, കാടൊക്കെ കൊള്ളാം. പക്ഷേ, ഒറ്റ പെൺകുട്ടി അങ്ങോട്ട് വരില്ല. ബ്യൂട്ടി പാർലറില്ലാത്ത സ്ഥലത്ത് ഒരാഴ്ചയിൽ കൂടുതൽ അവളുമാർ താമസിക്കില്ല.' ഞാൻ എത്രയുംവേഗം മടങ്ങണം എന്നുതന്നെയാണ് കരുതിയത്. എപ്പോഴാണ് കാട് തലയ്ക്കടിച്ചതെന്ന് അറിഞ്ഞിരുന്നില്ല. വൈദ്യുതിനിലയത്തിലെ രാമകൃഷ്ണൻ പറഞ്ഞു. 'മോനേ, വേഗം പോയ്ക്കോളൂ. കാട് തലയ്ക്കടിച്ചാ പിന്നെ രക്ഷയില്ല. കുടുംബം, മക്കൾ ഒന്നുമില്ല. ജീവിതം ഇവിടെയങ്ങു കഴിയും. ഒരു സ്വപ്നത്തിലെന്നപോലെ. ഇവിടെ വന്നുപെട്ട് മടങ്ങാനാവാത്ത ഒരുപാടാളുകൾ ഉണ്ട്. കാട് ഒരു ചിലന്തിയാണ്. വലയും മെടഞ്ഞ് പരത്തിവച്ചിട്ടു കാത്തിരിക്കുകയാ. വന്നിരുന്നാൽ പെടും. ഉടക്കിയാൽ പിന്നെയു പെടും. അപ്പോഴാണ് നടുക്കുനിന്ന് ഒച്ചയില്ലാതെ അവൾ വരുന്നത്. എട്ടു വശത്തും കാലും കണ്ണും ഉള്ള അമ്മ ദൈവം. നിന്നെ കെട്ടിപ്പിടിച്ച് ഒരുമ്മതരും. വിഷമാണ്. അമൃതാണെന്നേ തോന്നൂ. പിന്നെ ഇവിടെത്തന്നെ, ഇതാ ഇങ്ങനെ' രാമകൃഷ്ണന്റെ കണ്ണുകളിലെ ചിരി പേടിയുണ്ടാക്കി. എന്നെയൊന്നും ചെയ്യില്ല എന്നു സ്വയം പറയുമായിരുന്നു. എങ്കിലും പശിമ ഇരുട്ടായി നിറഞ്ഞ കാടിന്റെ ആഴം കാണുമ്പോൾ ഉള്ള് നടുങ്ങും. അവിടെയുണ്ടോ അവൾ? ഉറങ്ങിക്കിടക്കുമ്പോൾ എട്ടു കാലുകളും ഊന്നി വലിയ കണ്ണുകളോടെ പറന്ന് അടുക്കുകയാണോ? പക്ഷേ, ആറുമാസം കോയമ്പത്തൂരിൽ കഴിഞ്ഞപ്പോൾ മനസ്സിലായി, കാട്ടിലല്ലാതെ കഴിയാൻ പറ്റില്ല എന്ന്. നഗരം തമ്മിൽ മുട്ടി നിലവിളി കൂട്ടുന്ന വസ്തുക്കളുടെ കൂമ്പാരം. കാട്ടിലുള്ളത് സന്തുലിതാവസ്ഥയുടെ നിശ്ശബ്ദതയാണ്. കാട് ധ്യാനത്തിലിരിക്കുന്നു. നഗരം യുദ്ധത്തിൽ. ടോസ്‌ലിപ്പിൽ പണി കിട്ടിയപ്പോൾ ഓർഡർ കൈയിൽ കിട്ടിയ അന്നുതന്നെ തിരിച്ചു. ഒന്നും എടുത്തില്ല. ഒരാളോടും വിടപറഞ്ഞില്ല. വിടപറച്ചിൽ എന്നത് മട

ങ്ങിവരും എന്ന വാക്ക്. വരില്ലെങ്കിൽ നിശ്ശബ്ദമായി ഇറങ്ങിപ്പോരൽ...

ആദ്യത്തെ നാലഞ്ചുദിവസം ഓഫീസിനെ മനസ്സിലാക്കുന്നതിൽ ചെലവായി. ഓഫീസുകൾ അടുക്കളപോലാ, ഓരോന്നിനും ഒരു സ്വഭാവം ഉണ്ട്. മുഖപരിചയം കിട്ടിക്കഴിഞ്ഞാൽ പിന്നെ എളുപ്പം. ആദ്യത്തെ വലിയ ജോലി, ഒരു ദിവസം കാലത്ത് ചായ ഇട്ടുകൊണ്ടിരുന്നപ്പോൾ മാരിമുത്ത് വന്ന് കതകിൽ മുട്ടി പറഞ്ഞ വാർത്തയിൽ തുടങ്ങി. ഉണ്ണിമലയുടെ ചെരിവിൽ ഒരാനയുടെ ജഡം കിടക്കുന്നു. കാട്ടിൽ പാറാവ് പോയ വനംകാവൽക്കാർ കണ്ട് വന്ന് പറഞ്ഞു. എല്ലാവരും അങ്ങോട്ട് പോയിരിക്കുന്നു.

സാവധാനം കുളിച്ചു വസ്ത്രം മാറ്റി ജീപ്പിൽ കയറി. മാരിമുത്തുവാണ് ജീപ്പ് ഓടിച്ചത്. എനിക്ക് ആ വാർത്തയുടെ അർത്ഥം ശരിക്കും തലയ്ക്ക് പിടിച്ചില്ല. വഴിയിൽ എട്ട് കാട്ടികൾ നിന്ന് മേയുന്നത് കണ്ടപ്പോൾ വണ്ടി നിറുത്താൻ പറഞ്ഞു. ഇറങ്ങിനിന്ന് കാഴ്ച കണ്ട് വായും പൊളിച്ച് സമയം നീക്കി. കാട്ടികൾ വെളുത്ത സോക്സിട്ടതുപോലെയുള്ള കാലുകളും വെളുത്ത തലയും ചെറിയ കൊമ്പുകളുമായി പുലരിവെയിലിൽ തിളങ്ങിനിന്നു. മാന്തളിർ നിറമുള്ള ഒരു കുട്ടിയും ഒപ്പമുണ്ട്. ചുമന്ന മുഖമുള്ള കാളക്കുട്ടി തല നിവർത്തി എന്നെ നോക്കി. കാതുകൾ മുമ്പോട്ട് കോട്ടി, മൂക്ക് ലേശം പൊക്കി, എന്നെ മണം പിടിച്ചെടുത്തു. അതിനെ വിശ്വസിച്ച് മറ്റുള്ളവർ മേയുകയായിരുന്നു. കുട്ടി കൗതുകത്തോടെ കാതുകൾ ആട്ടിക്കൊണ്ട് എന്നെ നോക്കിവന്നപ്പോൾ ചെണ്ടയിൽ കൈയിട്ടു വലിച്ചതുപോലെയുള്ള ഒച്ചയിൽ തള്ള അതിനെ വിലക്കി. അവയുടെ മീതെ ചെറിയ കുരുവികൾ ഇരുന്നും എഴുന്നേറ്റും ചിറകടിച്ച്, കാറ്റിൽ ചുറ്റിയും ഉളി തീട്ടുന്നതുപോലെ ഒച്ചയുണ്ടാക്കിക്കൊണ്ടിരുന്നു. മനസ്സിനെ കണ്ണുകൊണ്ടു കാണുന്നതുപോലെ അവയുടെ വാലുകൾ ഇളക്കിക്കൊണ്ടേയിരിക്കുന്നതായി തോന്നി. 'പോകാം' എന്നു മാരിമുത്തു വിളിച്ചപ്പോഴാണ് ഞാൻ ജീപ്പിൽ കയറിയത്. എന്നെ കണ്ടിട്ടും അവ ഓടാത്തത് അത്ഭുതമുണ്ടാക്കി. കാട്ടികൾ കാണ്ടാമൃഗങ്ങളെപ്പോലെയാണ്, അവ സ്ഥലം മാറ്റാറില്ല എന്ന് പിന്നെയാണ് ഞാൻ അറിഞ്ഞത്. പൊതുവെ ആളുകളെ വകവയ്ക്കാറില്ല. ഈ കാട്ടിൽ അവയുടെ ശത്രു കടുവ മാത്രമാണ്. അവ ഒറ്റയ്ക്ക് ചെല്ലുന്ന കുട്ടി

കളെയോ ഓടാൻ കഴിയാത്ത വൃദ്ധരെയോ മാത്രമേ ലക്ഷ്യമാക്കു കയുള്ളൂ.

കല്ലുകൾ ഇളകിക്കിടന്ന കുതിരപ്പാതയിലൂടെ ജീപ്പിലിരുന്ന് നൃത്തം വച്ചുകൊണ്ട് എത്തിച്ചേർന്നപ്പോൾ എല്ലാവരും അവിടെ യുണ്ടായിരുന്നു. ഞാൻ മാരിമുത്തുവിനോട് 'ആരാ വന്നിട്ടുള്ളത്?' എന്നു ചോദിച്ചു.

'അയ്യാ ഡി.എഫ്.ഒ. വന്നിട്ടുണ്ട്' അയാൾ പറഞ്ഞു. 'പിന്നെ ആന ഡോക്ടറുമുണ്ട്. ആന ഡോക്ടർ മുകളിൽ ക്യാംപിലായിരു ന്നു. ഇന്നലെ വൈകിട്ട് ഡി.എഫ്.ഒ. അവിടെയാണ് താമസിച്ചത്. രണ്ടാളും അയ്യരായതുകൊണ്ട് അവിയലും സാമ്പാറുമാണ് പാകം ചെയ്തത്. രണ്ടാളും കുടിക്കാത്തതുകൊണ്ട് ഞാൻ വേഗം ഇങ്ങു പോന്നു...'

മാരിമുത്തു സസാരിച്ചുകൊണ്ടേയിരുന്നു. അവൻ അങ്ങനെയാ ണ്. പൊതുവേ നിശ്ശബ്ദൻ. ഈ കാട്ടിലെ മനുഷ്യരെപ്പോലെ. സംസാരിച്ചുതുടങ്ങിയാൽ നിർത്താനറിയില്ല. അതും ഇവിടെയുള്ള രീതിയാണ്. 'ആ ഡോക്ടറോ?' എന്ന് ഞാൻ ചോദിച്ചു. 'കൃഷ്ണ മൂർത്തി സാർ എന്നാണ് മറ്റുള്ളവർ പറയുന്നത്. പാവങ്ങൾ ആനഡോക്ടർ എന്നു പറയും. അയ്യരായതുകൊണ്ട് അങ്ങേർ സാമ്പാർ മാത്രമേ കഴിക്കുകയുള്ളൂ. പക്ഷേ...'

ടോപ് സ്ലിപ്പിലെ ആനകളെ നോക്കുന്ന ഒരു ഡോക്ടർ എന്നാണ് ഞാൻ ആദ്യം കരുതിയത്. പൊതുവേ അവർ കാട്ടിൽ താമസിക്കു കയില്ല. ഇടയ്ക്കുവന്ന് പോകും. നാട്ടിൽ വേറെ ആശുപത്രി ഉണ്ടാവും. ജീപ്പ് സമീപിച്ചപ്പോൾ കുടലുകൾ കെട്ടുപിണയുന്നത്ര ഉഗ്രമായ നാറ്റം പൊന്തി. നാറ്റം ഒരു വസ്തുപോലെ വന്ന് എന്റെ മീതെ വീഴുകയാണുണ്ടായത്. ദേഹംകൊണ്ട് കീറി കടന്നുപോ കേണ്ട തിരശ്ശീലപോലെ അത് എന്റെ വഴിതടഞ്ഞു. അടുക്കുന്തോറും മൂക്ക് മാത്രമല്ല ദേഹം മുഴുവനും കൊണ്ട് ഞാൻ ആ നാറ്റത്തെ അറിഞ്ഞു. ഓക്കാനംകൊണ്ട് ദേഹം നടുങ്ങി. വായിൽ കൊഴുപ്പുള്ള വെള്ളം ഊറി. ഞാൻ അത് തുപ്പിക്കൊണ്ടിരുന്നു. താങ്ങാനാവാതെ മാറിയപ്പോൾ തൂവാല എടുത്ത് വായും മൂക്കും ചേർത്ത് പൊതി ഞ്ഞു. പക്ഷേ ശ്വാസത്തിലൂടെ എന്റെ ഉടലിന്റെ ഉള്ളിൽ നിറഞ്ഞ്, തൊണ്ടയിലൂടെ മൂക്കിലെത്തി ആ നാറ്റം.

ജീപ്പിൽനിന്നിറങ്ങിയപ്പോൾ ഓടിച്ചെന്നിരുന്ന് ഞാൻ ഛർദിച്ചു. കണ്ണുകൾ നിറഞ്ഞൊഴുകി. കുറേസമയം അവിടെത്തന്നെ കുത്തിയിരുന്നു. എഴുന്നേറ്റപ്പോൾ തലചുറ്റി വീഴാൻ പോയി. പക്ഷേ, കഴിവില്ലായ്മ പുറത്ത് കാണരുതെന്ന് കരുതി ഷർട്ട് വലിച്ച് നേരെയാക്കി നെഞ്ച് വിടർത്തി മുൻപോട്ടു പോയി. യു.പി.എസ്.സി. എഴുതി വരുന്നവരുടെ മീതെ താഴയുള്ളവർക്ക് എപ്പോഴും ഒരു പരിഹാസം ഉണ്ടാവും. അവർ ഭാരം ചുമന്ന് ശ്വാസം മുട്ടി തളർന്ന് കയറിവരുന്ന മലമുകളിലേക്ക് പറന്ന് വന്നിറങ്ങുന്നവൻ. ഒരു കണക്കിൽ അത് സത്യവുമാണ്. അവരെ കൈയും വിരലുമായി മാറ്റിക്കൊണ്ടാണ് ഞങ്ങൾ പ്രവർത്തിക്കുന്നത്. അവരെ ഞങ്ങളുടെ തലച്ചോറ് നിയന്ത്രിക്കേണ്ടതുണ്ട്. അതിന് അവർ സമ്മതിച്ച് തരണം. ഞങ്ങൾ അവരെ ആശ്രയിച്ചാണ് കഴിയുന്നത്. അവർ ഞങ്ങളുടെ ആശ്രയക്കാർ എന്നു വിശ്വസിച്ചാലേ അതു നടക്കുകയുള്ളൂ. അതിനാണ് ഞങ്ങൾക്ക് ട്രെയിനിങ്ങ്. മുകളിൽനിന്ന് കിനിഞ്ഞിറങ്ങി വന്ന് ഇവരെ തൊടുന്ന അധികാരത്തിന്റെ വിരൽത്തുമ്പാണ് ഞങ്ങൾ. അവരെ സൂക്ഷിച്ചുനോക്കുന്ന ചാരൻമാർ. ഒറ്റിക്കൊടുക്കുന്നവർ. ഒരു കൈയിൽ ചാട്ടയും മറ്റേ കൈയിൽ അന്നവുമായി മുന്നിലെത്തുന്ന യജമാനന്മാർ.

ആ ചെറിയ ആൾക്കൂട്ടത്തിൽ എല്ലാവരും യൂഡികോളോൺ മുക്കിയ തൂവാലകളെ മുഖത്ത് കെട്ടിയിരുന്നു. അവൻ നിന്നിരുന്ന സ്ഥലത്തുനിന്ന് ലേശം പള്ളത്തിൽ എന്തോ നടന്നുകൊണ്ടിരുന്നു. ഒരാൾ ഓടിവന്ന് എനിക്കും ഒരു തൂവാല തന്നു. യൂഡികോളോൺ ലേശം ആശ്വാസം പകർന്നു. മൂക്കിന്റെ ചർമ്മം കത്തുന്ന അതിന്റെ മണം നെഞ്ചിലേക്ക് കടന്നപ്പോൾ ഒന്നു ചുമയ്ക്കാമെന്നായി. അതുവരെ ചിന്ത തന്നെ ആ നാറ്റം മാത്രമായിരുന്നു. വീണ്ടും ആ നാറ്റം അരിച്ചു കടന്നുവന്നു. ഞാൻ ആളുകളുടെ തോളിന്റെ വിടവിലൂടെ അപ്പുറത്ത് നോക്കി. ആദ്യം എനിക്ക് ഒന്നും മനസ്സിലായില്ല. താഴെ ഇരുപതടി നീളവും പത്തടി വീതിയുമുള്ള കറുത്ത ചെളിക്കുണ്ടിന്റെ ഉള്ളിൽ കഷണ്ടിയുള്ള ഒരാൾ മുട്ടുവരെ വരുന്ന ഗംബൂട്ടും കൈയിൽ റബർ ഉറകളും ഇട്ട് കുനിഞ്ഞ് നിന്ന് എന്തോ ചെയ്യുകയായിരുന്നു. അദ്ദേഹത്തിന്റെ കൈയിലുണ്ടായിരുന്നത് വലിയൊരു കത്തിയാണ് എന്ന് അപ്പോഴാണ് അറിഞ്ഞത്. മുഖത്തും കൈയിലും കാലിലു

മൊക്കെ കറുത്ത ചെളി പുരണ്ടിരുന്നു. ചെളിയല്ല അത് വലിയൊരു ചാണകക്കുഴിയാണ്.

പെട്ടെന്നാണ് അത് എന്തെന്നു ഞാൻ അറിഞ്ഞത്. അത് ഒരാന യുടെ ചീഞ്ഞളിഞ്ഞ ജഡം അഴിഞ്ഞ് പരത്തിയിട്ട കൂടാരംപോലെ നാലുവശത്തും അതിനെ വിരിച്ച് നീട്ടിയിരുന്നു. നാലുഭാഗത്തും കാലുകളുടെ അവശിഷ്ടങ്ങൾ. അപ്പുറത്ത് മണ്ണിൽ പകുതി താഴ്ന്നി രുന്ന തല. പിന്നെ ഒന്നൊന്നായി തെളിഞ്ഞു. വാല്, നഖങ്ങൾ, തുമ്പി ക്കൈ. കറുത്ത തോലിൽ നിറഞ്ഞിരുന്ന അളിഞ്ഞ മാംസം തിള യ്ക്കുന്നതായി തോന്നി. അതിനു ജീവനുണ്ടായിരുന്നു. കുമിളക ളാണോ? നുരപൊന്തുകയാണോ? അതു മുഴുവൻ പുഴുക്കളായിരു ന്നു. അളിഞ്ഞ മാംസം അപ്പടി പുഴുക്കൂട്ടമായി മാറിയിരുന്നു. അദ്ദേ ഹത്തിന്റെ കാലിലൂടെ വരെ പുഴുക്കൾ പറ്റിക്കയറി ഞെളിഞ്ഞ് ഇഴഞ്ഞ് പൊഴിഞ്ഞു. കൈയിൽ മുട്ടുവരെ പുഴുകൊണ്ട് ചെയ്ത കൈയുറകൾ. കാതിന്റെ പിന്നിലും കവിളിലുമൊക്കെ പുഴുക്കൾ ഇഴഞ്ഞു. ഇടയ്ക്കിടയ്ക്ക് ഒന്നു കുടഞ്ഞ് അവയെ തട്ടിയിട്ട് അദ്ദേഹം പണിയെടുക്കുകയായിരുന്നു.

പിന്നീട് എനിക്ക് അവിടെ നിൽക്കാൻ കഴിഞ്ഞില്ല. ഒന്നു പിന്നി ലേക്ക് വന്നത് ഓർമ്മയുണ്ട്. കാലിന്റെ താഴെനിന്ന് മണ്ണ് പരവതാ നിയിൽ പിടിച്ചുവലിച്ചതുപോലെ തെന്നിമാറി മലർന്നടിച്ചു വീണ പ്പോൾ എല്ലാവരും ഓടിക്കൂടി. എന്നെ രണ്ടാളുകൾ പൊക്കി ജീപ്പി ലേക്ക് കൊണ്ടുപോയി. തലപൊക്കാൻ നോക്കിയപ്പോൾ ഓക്കാനം വന്ന് വയറു പിടഞ്ഞു. ഞാൻ എന്നെ താങ്ങിക്കൊണ്ട് പോയവ രുടെ മീതെ ഛർദ്ദിച്ചു. അവന്റെ ഷർട്ടിൽ പിടിച്ചിരുന്ന എന്റെ കൈ പിടഞ്ഞു. കണ്ണടച്ചപ്പോൾ പാതാളത്തിലേക്ക് വീണുകൊണ്ടേ പോകുന്നതുപോലെ തോന്നി.

'മുറിയിൽ കൊണ്ടുചെന്ന് കെടത്തെടോ' എന്ന് ഡി.എഫ്.ഒ. പറ യുന്നത് കേട്ടു. എന്നെ ജീപ്പിൽ കിടത്തി അവർ കൊണ്ടുപോയ പ്പോൾ ഇടയ്ക്കിടയ്ക്ക് തലയ്ക്കു മുകളിലെ ഇലത്തഴത്തിന്റെ ഇട വേളയിലൂടെ ഇറങ്ങിയ സൂര്യരശ്മികൾ മുഖത്തു വീണ് എന്നെ ഉണർത്തി. ഓർമ്മ വന്നപ്പോൾ ഒരു ക്ഷണം എവിടെയാണെന്നു ചിന്തിച്ചു. അടുത്ത ക്ഷണം ഓക്കാനിച്ച് വളഞ്ഞ് പിന്നെ തളർന്നു കണ്ണടച്ചു. കണ്ണുനീർ ഒഴുകിക്കൊണ്ടേയിരുന്നു. വഴിയിൽ കുട്ടികൾ

നിന്നതിനാൽ ജീപ്പ് നിർത്തി. അവരുടെ ഗന്ധം പരിചയമുള്ളതു പോലെ തോന്നി. അതുതന്നെ. ഛർദ്ദിച്ചതിനുശേഷം ഞാൻ സീറ്റിൽ എഴുന്നേറ്റിരുന്നു. വഴിയിൽ കിടന്ന ആനപ്പിണ്ടത്തിനും അതേ നാറ്റം. കാടു മുഴുവൻ ഒരേ നാറ്റം. പെട്ടെന്ന് എന്റെ രോമങ്ങൾ എഴുന്നേറ്റു നിന്നു. സർപ്പത്തെക്കണ്ട കുരങ്ങുപോലെ. പിന്നീടാണ് ഞാൻ കണ്ടത് ഒരു സിഗരറ്റ് കുറ്റിയാണെന്ന് അറിഞ്ഞത്. പക്ഷേ, കണ്ണ് ഒന്നു തിരിച്ചപ്പോൾ എല്ലാ വേരുകളും പുഴുക്കളായി തോന്നി. എന്റെ ദേഹത്ത് പുഴുക്കൾ വലിഞ്ഞുകയറിയോ? വസ്ത്രം മുഴുവൻ കുടഞ്ഞു. കൈയും കാലും നന്നായി പരിശോധിച്ചു. പിന്നെയും പിന്നെയും വന്നു നോക്കിക്കൊണ്ടേയിരുന്നു. ഈ ജീപ്പ് അവിടെയല്ലേ നിന്നത്? അവ ഇതിൽ കയറിയിട്ടുണ്ടാവില്ലേ? എനിക്ക് അതിൽ ഇരിക്കാൻ കഴിഞ്ഞില്ല. ഛർദ്ദിക്കാൻ വയറ്റിലൊന്നുമില്ലാത്തതിനാൽ വെറുതെ ഉടൽ ഞെട്ടിക്കൊണ്ടിരുന്നു.

ക്യാംപിലെത്തി മുറ്റത്തിറങ്ങിയപ്പോൾ മുരുകൈയന്റെ സഹായമില്ലാതെ നടന്നു പടികയറാൻ കഴിഞ്ഞില്ല. മാരിമുത്ത് എന്റെ കോട്ടുമായി കയറിവന്നു. “ചായ എടുക്കട്ടെ സർ?’ എന്റെ ശബ്ദം വളരെ താഴെയായിരുന്നു. പതിഞ്ഞ ഒച്ചയിൽ വേണ്ട എന്ന് ഞാൻ പറഞ്ഞു. എവിടെയോ ഞാൻ ഛർദ്ദിച്ചുകൊണ്ടിരിക്കുന്നത് ഞാൻ അറിഞ്ഞു. കണ്ണുകൾ പൂട്ടി ചിന്തകളെ പിടിച്ച് മറ്റു വഴികളിലേക്കു തിരിച്ചുവിട്ടു. പക്ഷേ, ഒരു ചളിക്കുണ്ടാണ് ചിത്തത്തിൽ വിരിഞ്ഞത്. നരകമാണ്. അതിൽ ഗതി കിട്ടാതെ കിടന്ന് പുളയുകയാണു മനുഷ്യർ. പിതൃരൂപങ്ങൾ. പുഴുക്കളുടെ കണ്ണുകളെ ഞാൻ കണ്ടു. അവ പുളയുകയല്ല. ഓരോന്നും പുറത്തേക്കു കടക്കാൻ ശ്രമിക്കുകയാണ്. ഒന്നിനെ മറ്റൊന്ന് പിടിച്ചു കയറുന്നു. ഒന്നിനെ മറ്റൊന്ന് ചവിട്ടിത്താഴ്ത്തുന്നു. ഞാൻ ആ കാഴ്ചയെ കൂടിപ്പോയാൽ ഒരു രണ്ടുനിമിഷം നോക്കിയിട്ടുണ്ടാവും. പക്ഷേ, വലിയൊരു ചലനചിത്രം മാതിരി ആ കാഴ്ച എന്റെ മുന്നിൽ നിന്നു. കറുത്ത അളിഞ്ഞ മാംസത്തിൽ വിറകുകട്ടകൾ പോലെ വാരിയെല്ലുകൾ. അളിഞ്ഞ കറുത്ത തോലിന്റെയുള്ളിൽ വലിയ കാലിന്റെ എല്ലുകൾ. വെള്ളാരങ്കല്ലുകൾപോലെ കണ്ടത് പല്ലുകളാണ്. വേറെന്തെങ്കിലും ഓർക്കുക. വേറെ എവിടെയെങ്കിലും ചെല്ലുക. പക്ഷേ, മനസ്സിന്റെ ഗതി മറ്റൊരു ശക്തിക്ക് വശപ്പെട്ട് കഴിഞ്ഞിരുന്നു. ഈ ചലനചിത്രത്തെ എന്റെ ബോധം

കൊണ്ട് നിയന്ത്രിക്കാനാവില്ല.

ഒന്നും ചെയ്യാനാവാതെ ഞാൻ നോക്കിക്കിടന്നു. പുഴുക്കളുടെ തിളപ്പ്. പുഴുക്കളുടെ തിരതള്ളൽ. പിന്നെ ഞാൻ ഉറങ്ങി. പുഴുക്കൾ വെള്ളമായി നിറഞ്ഞ ഒരു കുളത്തിൽ ഞാൻ താണിറങ്ങുന്നതായി തോന്നി. നിലവിളിച്ചുകൊണ്ട് എഴുന്നേറ്റിരുന്നു. സ്വപ്നങ്ങൾ നിറഞ്ഞ ഉറക്കമായിരുന്നു. ഒരു സ്വപ്നം വളരെ വ്യക്തമായി ഓർമ്മയിൽ തെളിഞ്ഞു. ആനയുടെ തോലുരിച്ച് പുതച്ച് നൃത്തം ചെയ്യുന്ന ശിവൻ. ഗജസംഹാരമൂർത്തി. ഏതോ ക്ഷേത്രത്തിൽ കണ്ടതാണ്. തിളങ്ങുന്ന കരിങ്കല്ലിൽ കൊത്തിയ ശില്പരൂപമാണ് ഞാൻ കണ്ടത്. പക്ഷേ, അതിന് ജീവനുണ്ടായിരുന്നു. നോട്ടമുണ്ടായിരുന്നു.

നന്നായി വിയർത്തിരുന്നു. എണീറ്റുചെന്ന് പെട്ടിയിൽനിന്ന് ടീച്ചേഴ്സ് വിസ്കിയുടെ കുപ്പി എടുത്ത് പൊട്ടിച്ചുവച്ചിട്ട് ഗ്ലാസ് തേടി. മാരിമുത്തു ഗ്ലാസ് മുഴുവൻ ഒരു പെട്ടിയിൽ അടുക്കിവെച്ചിരുന്നു. വിസ്കിയൊഴിച്ച് വെള്ളംചേർത്ത് സർബത്ത് കുടിക്കുന്നതുപോലെ വലിച്ചുകുടിച്ചു. ദേഹം തണുപ്പിൽ വിറകൊള്ളുന്നതുപോലെ നടുങ്ങി. ചോര വാർന്ന്പോകുന്നതുപോലെ ഒരു ആശ്വാസം. ശരീരത്തിന്റെ ഭാരം ഒഴിയുന്നു. പിന്നെയും ഒഴിച്ചുകുടിച്ചു. പിന്നെയും കുടിച്ചപ്പോൾ ഉള്ളിൽനിന്ന് പുളിച്ച മദ്യം വീണ്ടും വായിലെത്തി. എന്റെ വയറ് അമ്ലം നിറഞ്ഞ സഞ്ചിപോലെയായി. വായിൽ മദ്യം വന്നുകൊണ്ടേയിരുന്നു.

അൽപനേരത്തിനുള്ളിൽ തലയുടെ ഭാരം താങ്ങാനാവാതെ കഴുത്ത് തളർന്നു കുഴഞ്ഞുതുടങ്ങി. ഉത്തരങ്ങളും ഓടുമായി മേൽക്കൂര താണിറങ്ങിവന്നു കൈയെത്തുന്ന പൊക്കത്തിൽ നിന്നു. എന്റെ കൈയും കാലും ദേഹത്തുനിന്ന് വേർപെട്ട് തൊട്ടടുത്ത് കിടന്നു. എന്റെ ദേഹം തുറന്ന് നാലുപാടും വലിഞ്ഞ് പരന്നുകിടന്നു. ഉള്ളു മുഴുവൻ പുഴുക്കൾ പുളഞ്ഞു. ഞാൻ ഇതുവരെ എന്റെ ജീവൻ എന്നു കരുതിയരുന്നത് ഈ പുഴുക്കളുടെ ചലനത്തെയാണോ? ആരോ ഗജസംഹാരമൂർത്തിയെപ്പറ്റി പറഞ്ഞുവല്ലോ, ആരാണ്? വല്ലാത്ത ദാഹം. എഴുന്നേറ്റ് വെള്ളം കുടിക്കണം. പക്ഷേ, ദേഹത്തിൽമനസ്സില്ല. മനസ്സ് കാറ്റുപോലെ മുറി മുഴുവൻ നിന്നു. പുഴുക്കളുടെ ഒച്ച. അവ കാട്ടുമരങ്ങളുടെ വേരുകളെ തിന്നുകയാണ്. പാറകളെപ്പോലും അവ തിന്നുന്നു. ഇവിടെ മുഴുവനായി എത്തിച്ചേരാത്ത

എന്തിന്റെയോ വിരലുകൾ മാത്രമാണവ. ഭൂമിയെ കറന്നെടുക്കുന്നുവോ? ഞെക്കിപ്പിഴിഞ്ഞെടുക്കുന്നുവോ? അതോ മെരുക്കിയെടുക്കുന്നുവോ?

മാരിമുത്ത് എന്റെ മീതെ കൊതുകുവല എടുത്തിട്ടിരുന്നു. എഴുന്നേറ്റപ്പോൾ കാലുകൾ റബ്ബർ പോലെ കുഴഞ്ഞാടി. ചുമരിൽ പിടിച്ചുകൊണ്ട് നടന്ന് ചെന്ന് മൂത്രമൊഴിച്ചു. ചുമരിൽതൊട്ടുകൊണ്ട് എലിപോലെ നടന്ന് ചെന്ന് അടുക്കളയിലെത്തി. എന്റെ ദേഹത്തുണ്ടായിരുന്ന തളർച്ച വിശപ്പായിരുന്നു. ചോറും കറിയും എടുത്തു മൂടിവച്ചിട്ടാണ് മാരിമുത്ത് പോയിരുന്നത്. അതെടുത്തുകൊണ്ടുവന്ന് ഡൈനിംഗ് ടേബിളിൽ വച്ച് കസേര വലിച്ചിട്ട് ഇരുന്നു. ഒരു ഉരുള വാരിയെടുത്തപ്പോൾ ചോറു മുഴുവൻ വെളുത്ത പുഴുക്കളായി തോന്നി. ചോറിന്റെ മീതെ മഞ്ഞനിറത്തിൽ ഛർദ്ദിച്ചു. തല കൈകൊണ്ട് താങ്ങി ഇരുന്നതിനുശേഷം എഴുന്നേറ്റ് പാത്രങ്ങൾ കൊണ്ടുചെന്ന് കഴുകുന്ന ഇടത്തിലിട്ടു. തീൻമേശ തൂത്ത് വൃത്തിയാക്കി. വായ കഴുകി മടങ്ങിയെത്തിയപ്പോൾ ഉടൻതന്നെ അവിടെ നിന്ന് ഓടിപ്പോകണം എന്നു തോന്നി. ബൈക്കിൽ പൊള്ളാച്ചിയിലേക്കു പോയി, നിർത്താതെ തിരുനെൽവേലിയിലേക്ക് പോയി, അമ്മയുടെ മടിയിൽ തലപൂഴ്ത്തി കിടക്കണം. തലപൊക്കാനായില്ല. രണ്ടുതവണ എഴുന്നേൽക്കാൻ നോക്കിയിട്ട് പെട്ടെന്നുണ്ടായ ഭ്രാന്തിൽ തലയിൽ കൈകൊണ്ട് ആഞ്ഞാഞ്ഞ് അടിച്ചു. 'ചാവും! ഞാൻ ചാവും' എന്നുപറഞ്ഞ് തേങ്ങിക്കരഞ്ഞു.

ആവേശത്തോടെ എഴുന്നേറ്റ് ശേഷിച്ച വിസ്കിയെടുത്ത് വെള്ളം ചേർക്കാതെ മോന്തി. നെഞ്ചും മൂക്കിലെ ദ്വാരങ്ങളും കത്തി. കിടക്കയിലെത്തി ഉറക്കം വരാനായി കാത്ത് ഇരുന്നു. എന്റ കൈകൾ മുഴുവൻ പുഴു ഊർന്ന് കേറുന്നതുപോലെ ഒരു പിരുപിരുപ്പ്. വിരലുകൾ ഒരു തരം പുഴുക്കളാണോ? കിടക്ക ഒരു പുഴുക്കളം. പുഴുക്കളുടെ മെത്ത. പുഴുക്കളിൽവീണ് പുഴുക്കളാൽ മൂടി ഞാൻ ഉറങ്ങി. തലച്ചോറ് വലിയൊരു പുഴുവായിരുന്നു. ആ ചെറിയ പെട്ടിക്കുള്ളിൽ ചുരുണ്ടുമടങ്ങിയിരുന്ന വലിയ വെളുത്ത പുഴു പതുക്കെ നിവർന്ന് നീണ്ട് ഒഴുകിയിറങ്ങിത്തുടങ്ങി.

മൂന്ന്

പിറ്റേന്ന് ഓഫീസിലെത്തിയപ്പോൾ തന്നെ ആന ഡോക്ടറെപ്പറ്റി അന്വേഷിച്ചറിഞ്ഞു. ഓരോരുത്തർക്കും അദ്ദേഹത്തെപ്പറ്റി പറയാൻ ഓരോ കഥയാണുണ്ടായിരുന്നത്. എന്റെ താഴെയുള്ള ഓഫീസർമാർക്ക് നല്ലതൊന്നും പറയാനുണ്ടായിരുന്നില്ല. മുൻപ് എന്റെ തസ്തികയിൽ അവിടെയുണ്ടായിരുന്ന മുത്തുവേലിനെ ആരണിയിലേക്ക് മാറ്റിയതുതന്നെ അദ്ദേഹത്തിന്റെ റിപ്പോർട്ടിന്റെ അടിസ്ഥാനത്തിലാണ്. കാട്ടിൽ ചാകുന്ന ഓരോ മൃഗത്തിനെയും പോസ്റ്റുമാർട്ടം ചെയ്ത് റിപ്പോർട്ട് ഫയൽ ചെയ്യണമെന്നാണു ഡോക്ടറുടെ പക്ഷം. ചുരുങ്ങിയത് കടുവ, പുള്ളിപ്പുലി, ആന, കാട്ടി പോലുള്ള വലിയ മൃഗങ്ങൾക്കെങ്കിലും. അത് ഡി.എഫ്.ഒ. തത്വത്തിൽ അംഗീകരിച്ചതാണ്. കാട്ടിൽ ഒരു കാട്ടിയടെ ജഡം കണ്ടുകിട്ടിയപ്പോൾ ആനഡോക്ടർ കോയമ്പത്തൂരിൽ മരുന്നു വാങ്ങാൻ പോയിരുന്നു. ആ ജഡം എടുത്ത് മുത്തുവേൽ കുഴിച്ചിട്ടു. മടങ്ങിവന്ന ഡോക്ടർ പരാതി അയച്ചു. 'വലിയ കുഴപ്പക്കാരനാണ് സർ. ഒരു യാഥാർത്ഥ്യബോധവും ഇല്ല. ഈ കാട്ടിൽ ഇത്രയും പണിക്കാരെക്കൊണ്ട് കഴിഞ്ഞുപോവുക എന്നാൽ ചില്ലറക്കാര്യമല്ല. എല്ലാവർക്കും മക്കളും കുടുംബവുമൊക്കെയുണ്ട്. ഇങ്ങേർക്ക് ഇങ്ങനെ ഒരു താല്പര്യവുമില്ല. മൂന്ന് പെൺമക്കളാ. മാസത്തിലൊരിക്കൽ അങ്ങോട്ട് എത്തിനോക്കിയാലായി. നമുക്ക് അത് പറ്റുമോ?

നാരായണൻ എന്നോട് 'മൃഗങ്ങൾക്കുള്ള മരുന്ന് എടുത്ത് മനുഷ്യർക്ക് ചികിത്സചെയ്യുന്നു സർ. സാർ വിചാരിച്ചാൽ നടപടി എടുക്കാം. ഇവിടുന്ന ആ മാരണത്തെ ഒന്ന് കെട്ടിയെടുത്താൽ മതി' എന്ന് പറഞ്ഞപ്പോഴാണ് എനിക്ക് എന്തോ പന്തികേട് തോന്നിയത്. സർക്കാർ യന്ത്രത്തിന്റെ പൊതുവെയുള്ള രീതി ഒന്നും ചെയ്യാതിരി

ക്കുകയാണ്. പതിവുകൾമാത്രം പാലിക്കുക. ഞാൻ ഡോക്ടറെപ്പറ്റി സ്വയം ഇന്റർനെറ്റിൽ തേടി കണ്ടുപിടിച്ച വാർത്തകൾകൊണ്ട് ഒരു ചിത്രം ഉണ്ടാക്കിയെടുത്തു. ഏതാനും ജേണലുകൾ വായിച്ച് ആ ചിത്രം പൂർണ്ണമാക്കി.

ഡോ. വി. കൃഷ്ണമൂർത്തി വനംവകുപ്പിലെ ഉദ്യോഗസ്ഥനായി മുപ്പത് കൊല്ലത്തിലേറെയായി പണിയെടുക്കുന്നു. അടുത്തൂൺ പറ്റാൻ മൂന്ന് കൊല്ലമേ ബാക്കിയുള്ളൂ. മൃഗസംരക്ഷണവകുപ്പിൽ ഡോക്ടർമാരുടെ പണി മെരുങ്ങിയ മൃഗങ്ങളെ ചികിത്സിക്കലാണ്. സ്വന്തം താല്പര്യംകൊണ്ട് കൃഷ്ണമൂർത്തി ആനകളിലേക്ക് തിരിഞ്ഞു. തമിഴ്നാട്ടിലെ വനംവകുപ്പിൽ ആനകളെപ്പറ്റി ഏറ്റവും നന്നായി അറിയുന്നയാൾ എന്നദ്ദേഹം പേരെടുത്തു. എവിടെ ആനയ്ക്ക് എന്ത് പ്രശ്നമുണ്ടായാലും അദ്ദേഹം തന്നെ പോകും. ഇന്ത്യയിലുടനീളം അദ്ദേഹം ആനകളെ ചികിത്സിക്കാൻ പോകാറുണ്ട്. ലോകത്തിൽ പല നാടുകളിൽനിന്നും അദ്ദേഹത്തിന്റെ അഭിപ്രായങ്ങൾ ആരായാറുണ്ട്. ആനകളെപ്പറ്റി നല്ല പഠനങ്ങൾ എഴുതിയിട്ടുണ്ട്.

ഡോക്ടർ കെ. എന്നാണ് അദ്ദേഹത്തെപ്പറ്റിയുള്ള കുറിപ്പുകളിൽ പരാമർശിക്കുന്നത്. അദ്ദേഹം ആനകൾക്ക് ആയിരത്തിലേറെ സർജറികൾ ചെയ്തിട്ടുണ്ട്. മുന്നൂറോളം ആനകൾക്ക് പ്രസവം നോക്കിയിട്ടുണ്ട്. അത്രയുംതന്നെ ആനകളുടെ പോസ്റ്റുമോർട്ടം ചെയ്യാൻ ഇപ്പോഴുള്ള മെത്തഡോളജി തന്നെ അദ്ദേഹം ഉണ്ടാക്കിയതാണ്. പത്തിലേറെ തവണ ആനകൾക്ക് സ്റ്റീൽ എല്ലുകൾ വച്ചുപിടപ്പിച്ചിട്ടുണ്ട്. ഡോക്ടർ കെ. ആനകളുടെ ആരോഗ്യം സംരക്ഷിക്കാൻ വേണ്ടി ഉണ്ടാക്കിയ നടപടിചിട്ടകളാണ് ഇന്ത്യാഗവൺമെന്റ് ആധികാരികമായി അംഗീകരിച്ചിട്ടുള്ളത്. കാശിരംഗാ കാട്ടിലെ ആനകൾക്കും അതേ നിയമങ്ങളാണ് പാലിക്കുന്നത്. ലോകം മുഴുവനുമുള്ള ആനപ്രേമികളുടെ പുസ്തകങ്ങളിലും ലേഖനങ്ങളിലും ഡോ. കെ. ആദരവോടെ പരാമർശിക്കപ്പെടുന്നുണ്ട്. തമിഴ്നാട് ഗവൺമെന്റ് ആനകൾക്കായി സംഘടിപ്പിച്ച വനവിശ്രമപദ്ധതിയുടെ വക്താവാണ് ഡോക്ടർ കെ. സുപ്രസിദ്ധ ബ്രിട്ടീഷ് വാർത്താചിത്ര സംവിധായകനായ ഹാരി മാർഷൽ ബി.ബി.സി.ക്കു വേണ്ടി അദ്ദേഹത്തെപ്പറ്റി ഒരു ഡോക്യുമെന്ററി എടുത്തിട്ടുണ്ട്. ഒരു ചരിത്രപുരുഷൻ, പക്ഷേ,

എന്റെ താഴെ പണിയെടുക്കുന്ന ഒരാൾ. ടോപ്സ്ലിപ്പാണ് അദ്ദേഹത്തിന്റെ പണിസ്ഥലം. താമസവും ഇവിടെത്തന്നെ. പക്ഷേ, മിക്കവാറും യാത്രയിലായിരിക്കും.

രണ്ടാഴ്ച കഴിഞ്ഞ് ഞാൻ ആനക്യാംപിലേക്ക് ജീപ്പിൽ പോകുമ്പോൾ എതിരെ വന്ന ജീപ്പിൽ ഡോക്ടർ കെ ഉണ്ടായിരുന്നു. എന്നെ നോക്കി ആശംസ പറഞ്ഞിട്ട് മാരിയോട് 'എന്താ മാരി, അങ്ങോട്ട് കാണാറില്ല' എന്ന് ലോഹ്യം പറഞ്ഞു. 'വരാം അയ്യാ' എന്നു മാരിമുത്തു പറഞ്ഞു. 'വരുമ്പോൾ കുറേ ഇഞ്ചി കൊണ്ടുവന്നോളൂ' എന്നു പറഞ്ഞ്, വീണ്ടും എന്നെ നോക്കി പുഞ്ചിരിച്ചിട്ടു കടന്നുപോയി. മീശയില്ലാത്ത നീളമുള്ള മുഖം. നെറ്റി നന്നായി കയറി കഷണ്ടിയായി മാറിയിരുന്നു. തമിഴ് ബ്രാഹ്മണർക്ക് പൊതുവെ കാണാറുള്ള വലിയ മൂക്ക്. ചെറിയ പയ്യൻമാരുടതുപോലുള്ള കണ്ണുകൾ. കാതുകളിൽ മുടി നീണ്ടു നിന്നിരുന്നു. ചെറിയ വായ്ക്കു ചുറ്റും ആഴമുള്ള രേഖകൾ വീണ് അദ്ദേഹത്തിന് ഒരുതരം തീവ്രത തോന്നിപ്പിച്ചു. പക്ഷേ, ചിരി വളരെ തിളക്കമുള്ളതായിരുന്നു. നല്ല പല്ലുകൾ. ചുവന്ന ചുണ്ടുകൾ. പെട്ടെന്ന് പൊട്ടിച്ചിരിക്കാൻ കഴിവുള്ളവരുടെ മുഖത്ത് എപ്പോഴും ഒരു ഭാവം ഉണ്ടാകും. അതാണ് എന്റെ ആദ്യത്തെ ഓർമ്മച്ചിത്രം.

അദ്ദേഹം പോയതിനുശേഷമാണ് ഞാൻ ഒരു നമസ്കാരം പോലും പറഞ്ഞില്ല എന്നോർത്തത്. മറുപടിയായി പുഞ്ചിരിച്ചുവോ എന്നുതന്നെ സംശയം തോന്നി. ഞാൻ നാക്ക് മടക്കി കടിച്ച് 'ഛേ' എന്നു പറഞ്ഞു. 'എന്താണ് സർ?' എന്ന് മാരിമുത്തു ചോദിച്ചു. 'ഉറുമ്പ്' മാരിമുത്തുവിന് വസ്തുക്കളല്ലാതെ കാര്യങ്ങളെ മനസ്സിലാക്കാനാവില്ല എന്നു ഞാൻ അറിഞ്ഞു കഴിഞ്ഞിരുന്നു. 'അതേ സാർ... ഈ കൊന്നയും വേങ്കയും പൂത്തുതുടങ്ങിയാൽ പിന്നെ എവിടെ നോക്കിയാലും ചെറിയ ഉറുമ്പാണ്. തേനുറുമ്പു കടിച്ചാലും നോവും എന്നാ പഴമക്കാർ പറയുന്നത്. ഉറുമ്പിനെന്തിനാണ് തേൻ? തേനീച്ച അതിൽ മുട്ടയിടുന്നു. അതു വെറുതെ വലിഞ്ഞുകേറി പോവുകയാണ്. അറിവില്ലാത്ത ജന്മം... ഞാൻ പറയുന്നത് എന്താണെന്നറിയാമോ?' പതിനഞ്ച് ദിവസമായി ഞാൻ ചിന്തിച്ചുകൊണ്ടിരുന്നത് ആനഡോക്ടറെപ്പറ്റി മാത്രമാണ്. എന്റെ ചിത്തത്തിൽ വലിയൊരു ചിത്രമായി വരച്ചും കഴിഞ്ഞിരുന്നു. പക്ഷേ, നേരിൽ കണ്ട

പ്പോൾ എന്റെ ബോധം പൊഴിഞ്ഞുപോയി. ചരിത്രപുരുഷന്മാർ നേരിൽ കയറി വരാൻ പാടില്ല. പാഠപുസ്തകത്തിലെ ചിത്രം പെട്ടെന്ന് നോക്കി ചിരിച്ചാലെന്ത് ചെയ്യും?

അദ്ദേഹം എന്തു കരുതിയിട്ടുണ്ടാവും? ഞാൻ അദ്ദേഹത്തിന്റെ മേലധികാരിയാണ്. അധികാരഭാവം എന്നു കരുതിയിട്ടുണ്ടാവുമോ? ദേഷ്യമോ ദുഃഖമോ തോന്നിയിട്ടുണ്ടാവുമോ? അദ്ദേഹം അതിനെയൊക്കെ കാര്യമാക്കാത്തയാളാണ് എന്നറിയാം. ഈ കാട്ടിൽ വന്നെത്തുന്ന സിവിൽ സർവീസുകാരന് ശേഷിക്കുന്നതു മട്ടും ഭാവവും മാത്രമാണ്. ഇതുപോലെ എത്രയാളുകളെ അദ്ദേഹം കണ്ടിട്ടുണ്ടാവും. അദ്ദേഹത്തിനോട് എന്റെ ആദരവ് അറിയിക്കണം. അദ്ദേഹത്തിന്റെ വലുപ്പം എനിക്കറിയാം എന്നു പറയണം. ജീപ്പ് തിരിക്കാൻ പറഞ്ഞുപോയതാണ്. പക്ഷേ, ഒച്ച പൊന്തിയില്ല.

അങ്ങനെ പത്തുദിവസം പോയി. ഓരോ ദിവസവും ഞാൻ പലതരം വാക്കുകളിലൂടെ അദ്ദേഹത്തിനോട് നൂറുതവണ മാപ്പ് ചോദിച്ചു. പക്ഷേ, നേരിട്ടുകണ്ട് അതു പറയാൻ തോന്നിയില്ല. രണ്ടുതവണ അദ്ദേഹത്തിന്റെ ക്യാംപ് വരെ ജീപ്പിൽ ചെന്നിട്ടു മടങ്ങി. എന്തിനാണ് മടിക്കുന്നതെന്ന് എനിക്കുതന്നെ മനസ്സിലായില്ല. കാട്ടിൽ എല്ലാവർക്കും ആനഡോക്ടർ എന്നാൽ അടുപ്പമാണ്. കാട്ടിൽ വേറെ ഡോക്ടർമാരില്ല. ദിവസവും പത്തരുപതാളുകൾ അദ്ദേഹത്തെ വന്നുകണ്ടു മരുന്ന് വാങ്ങിക്കൊണ്ട് ചെല്ലും. സത്യസായി ബാബയുടെ ട്രസ്റ്റിൽനിന്നും ധാരാളം സൗജന്യമരുന്നുകൾ അദ്ദേഹം വാങ്ങിക്കൊണ്ടുവന്ന് അവർക്ക് കൊടുക്കും. ആ വഴിക്ക് ചെല്ലുമ്പോൾ പഴയ ചാക്ക് പുതച്ച് ആദിവാസികിഴവികളും കുട്ടികളും അദ്ദേഹത്തിന്റെ വീട്ടുമുറ്റത്തു കാലത്തുതന്നെ തടിച്ചുകൂടിയിരിക്കുന്നത് കാണാനാവും. കാശുകൊടുക്കുന്ന പതിവൊന്നും ഇല്ല. ആരുടെ കൈയിലും കാശ് ഉണ്ടാകാറുമില്ല.

'ഇവറ്റകൾക്കു രോഗമൊന്നും ഇല്ല സർ. ആനഡോക്ടർ റൊട്ടി തരും എന്നു വിചാരിച്ച് വലിഞ്ഞുകേറി വരുന്നതാ' എന്ന് മാരിമുത്തു പറഞ്ഞു. 'ശരിയാണ് സാർ. പലർക്കും വെറും മനോവിഷമമാണ്' ഷൺമുഖൻപറഞ്ഞു 'പാവങ്ങളാണ്. പണിയില്ല. ഒരാൾക്കും പ്രത്യേകിച്ച് രോഗമൊന്നും ഇല്ല.ആനഡോക്ടർ സ്നേഹപൂർവ്വം എന്തെങ്കിലുമൊക്കെ ചോദിക്കും. ഇവർ കരഞ്ഞ് സങ്കടം പറയും.

അദ്ദേഹം ചുമലിൽതൊട്ട് ഒക്കെ നേരെയാവും എന്നു പറഞ്ഞ് രണ്ട് പഞ്ചാരമിഠായി എടുത്തുകൊടുത്ത് പറഞ്ഞയയ്ക്കും. പക്ഷേ, കൈപ്പുണ്യമുണ്ട്. രണ്ടുകൊല്ലം മുൻപ് എന്റെ കാലിൽ കട്ടിവന്നു ചീർത്തപ്പോൾ ഡോക്ടറാണ് ചീന്തിയെടുത്തു മരുന്ന് വച്ചുകെട്ടിയത്. ഒരാഴ്ചകൊണ്ട് നേരെയായി. മാരിമുത്തു 'കുരങ്ങിനുള്ള മരുന്നാണ് നമുക്കൊക്കെ. ആദിവാസകൾക്ക് കാട്ടിക്കുള്ള മരുന്ന്. സാറിനൊക്കെ ഒരു പക്ഷേ ആനയ്ക്കുള്ള മരുന്ന് തരുമായിരിക്കും' എന്നു പറഞ്ഞു. 'നല്ല കൈപ്പുണ്യമാണ് സാർ. സാറിന് വല്ല രോഗവും ഉണ്ടെങ്കിൽ ഇവിടെ കാണിച്ചാൽ തി. കോയമ്പത്തൂരിലും പൊള്ളാച്ചിയിലു ഒക്കെ ഡോക്ടർമാർ വെറും കാശുകള്ളന്മാരാണ്'. ഷണ്മുഖൻ പറഞ്ഞു.'ആനഡോക്ടർ ആനയ്ക്ക് മരുന്നുകൊടുക്കുന്നയാളാണ്. പിന്നെയല്ലേ ഈ പീറമനുഷ്യന്മാർക്ക്. ആന വലുതോ മനുഷ്യൻ വലുതോ? ആന കാടിന്റെ രാജാവാണ്. അപ്പോൾ ആന ഡോക്ടർ ആരാ? രാജവൈദ്യനല്ലേ? ഞാൻ പറയുന്നത് എന്താന്ന് വച്ചാൽ ഈ കാട്ടിൽ...'

ഞാൻ ഡോ. കെ.യെ കാണുമ്പോൾ മാറി പോയ്ക്കൊണ്ടിരുന്നു. ഒരിക്കൽ അദ്ദേഹത്തിന്റെ ജീപ്പ് പണിക്കാരുടെ വീടുകളുടെ നടുവിലൂടെ പോയപ്പോൾ അവരുടെ കുട്ടികൾ 'ആനലോക്കിട്ടർ! ആനലോക്കിട്ടർ!' എന്നു കൂവിക്കൊണ്ട് ജീപ്പിന്റെ പിന്നിൽ ഓടുന്നതു കണ്ടു. അദ്ദേഹം ജീപ്പ് നിർത്തി ഓരോ കുട്ടിയെയും അടുത്തുവിളിച്ച് ചേർത്തുപിടിച്ച് എന്തോ ചോദിക്കുന്നത് ഞാൻ അകലെ നിന്നു നോക്കി. കുട്ടികളെ അവിടെ ആരും കൊഞ്ചിക്കാറില്ല. അവർക്ക് അത് ശീലമില്ലാത്തതുകൊണ്ട് അവർ വളഞ്ഞും ഞെളിഞ്ഞും കണ്ണടച്ച് ചിരിച്ചും ഉത്തരം പറഞ്ഞു. ഒരാളെ മറ്റൊരാൾ തഴുകി ഒട്ടിനിന്ന് ഒറ്റവാക്കുകൾ പറയുന്ന അവരുടെ കണ്ണുകളിലെ തിളക്കം മറ്റൊരിക്കലും കാണാനാവാത്തത് എന്നു തോന്നി. നാണം അകന്ന് അവർ സംസാരിച്ചു തുടങ്ങുന്നതുവരെ അദ്ദേഹം എന്തൊക്കെയോ ചോദിച്ചുകൊണ്ടിരുന്നു. പിന്നെ അദ്ദേഹത്തിന്റെ ജീപ്പ് മുന്നോട്ടുപോയപ്പോൾ കുട്ടികൾ കൂടുതൽ ഒച്ചയോടെ 'ആനലോക്കിട്ടർ! ആനലോക്കിട്ടർ!' എന്നു കൂക്കിവിളിച്ചുകൊണ്ടു പിന്നാലെ പാഞ്ഞു.

അദ്ദേഹത്തിന്റെ എളിമയെപ്പറ്റിയും ആത്മാർത്ഥതയെപ്പറ്റിയുമുള്ള

ചിത്രങ്ങൾ മാത്രമാണ് എനിക്കു കിട്ടിക്കൊണ്ടിരുന്നത്. ആ ചിത്രങ്ങളാണ് എന്നെ അദ്ദേഹത്തോട് അടുക്കാനാവാതെ നിർത്തിയത്. അതിൽ എന്റെ അഹങ്കാരം എവിടെയോ വ്രണപ്പെട്ടു. എന്റെ തിന്മ എനിക്കറിയാം എന്നതുകൊണ്ടാവാം. എന്നെ എങ്ങനെ മുൻപോട്ടു വയ്ക്കണം എന്നറിയാത്തതുകൊണ്ടാവാം. സ്വന്തം നന്മയിൽ വിശ്വാസമുള്ള, സ്വന്തം അടയാളത്തെപ്പറ്റി അറിയാത്ത സാധാരണക്കാർ അദ്ദേഹത്തിന്റെ പിന്നിൽ പാഞ്ഞു. അദ്ദേഹത്തോട് ഉടക്കി. കാര്യങ്ങൾ അവകാശബോധത്തോടെ ചോദിച്ചുവാങ്ങുന്ന സമകാലത്തിൽനിന്നു ചരിത്രത്തിലേക്കു കടക്കാനുള്ള മടി എന്നു ഞാൻ എന്റെ മടിയെ വ്യാഖ്യാനിച്ചു. മഹാത്മാഗാന്ധിയോ അക്ബറോ മുന്നിൽ വന്നാൽ എങ്ങനെ ഇടപെടാനാണ്? ശരിക്കു പറഞ്ഞാൽ ആ മനോനാടകം എനിക്ക് നല്ലൊരു വിനോദമായിത്തോന്നി. ഞാൻ അതിൽ ലയിച്ച് കുറേ ദിവസം കഴിച്ചുകൂട്ടി. പിന്നെ എനിക്കു തോന്നി എന്തുകൊണ്ടാണ് ഈ യുഗത്തിലെ ചെറുപ്പക്കാരനായ ഞാൻ മഹത്വങ്ങളെ ഇത്ര സംശയിക്കുന്നത്? അത് എനിക്ക ശരിയാവുകയില്ല എന്ന് എങ്ങനെ ഞാൻ തീർച്ചയാക്കി?

യാദൃച്ഛികമായി ഡോക്ടർ കെ. യെ കണ്ടാൽ മാത്രമേ എനിക്ക് അദ്ദേഹത്തോട് അടുക്കാൻ കഴിയൂ എന്നു ഞാൻ അറിഞ്ഞിരുന്നു. അതുതന്നെ സംഭവിച്ചു. ജീപ്പിലിരുന്ന് കാടിനെ നോക്കുകയായിരുന്നു. വലിയൊരു പക്ഷിയെ ഞാൻ കണ്ടു. ആദ്യം മയിലാണ് പറക്കുന്നത് എന്ന് കരുതി. പക്ഷേ, ചിറകിന്റെ ഒച്ച മുറമെടുത്ത് വീശുന്നതുപോലെ കേൾക്കുകയുണ്ടായി. Great Hornbill ആണ് അത് എന്ന് എന്റെ തലച്ചോറ് മിന്നിയപ്പോൾ കോൾമയിരുണ്ടായി. വളരെ അപൂർവ്വമായ പക്ഷിയാണ്. സലീം അതിനെപ്പറ്റി പഠിക്കാൻ വേണ്ടി സഹ്യമലനിരയിൽ ഒരുപാടുകാലം കഴിഞ്ഞിട്ടുണ്ട്. അർജുനനെയും ഭീമനെയും ഒക്കെപ്പോലെ പുരാണകഥാപാത്രമായി മാറിക്കഴിഞ്ഞ ഒരു സൃഷ്ടി. ഞാൻ അതിന്റെ പിന്നിൽ ഓടി. അതൊരു ചില്ലയിലിരുന്നു. വായിൽ വലിയ കൊതുമ്പുപോലുള്ള കൊക്ക്. കഷണ്ടിത്തല. കറുത്ത കോട്ടിട്ട വൃദ്ധനെപ്പോലെ കൂനിക്കൂടി ഇരിക്കുകയായിരുന്നു. അതിന്റെ ചിറകുകളുടെ വീതിയെപ്പറ്റി ഞാൻ അത്ഭുതത്തോടെ ഓർത്തുനോക്കി. പെട്ടെന്ന് അത് 'ഴാവ്' എന്ന് ഒരു ഒച്ചയുണ്ടാക്കി. അതേതോ മൃഗത്തിന്റെ ശബ്ദമാണെന്നു തോന്നി. വേഴാ

മ്പൽ ഒറ്റയ്ക്കിരിക്കില്ല. അപ്പോൾ തൊട്ടടുത്ത് എവിടെയോ ഭാര്യയുണ്ട്. കണ്ണുകൾകൊണ്ട് ഓരോ ചില്ലയായി, ഇലയായി തുഴഞ്ഞപ്പോൾ അവളെയും കണ്ടു. പച്ചത്തഴപ്പിനുള്ളിൽ കൊക്കു താഴ്ത്തി ഇരിക്കുകയായിരുന്നു. ശരിക്കും കാണാൻ കഴിഞ്ഞില്ല. കുറ്റിക്കാട്ടിലൂടെ ഞാൻ മുൻപോട്ടു ചെന്നു. എന്ത് സംഭവിച്ചെന്ന് അറിയാനായില്ല. എന്റെ കൈയിൽ കറന്റ് ഷോക്ക് കിട്ടിയതുപോലെ. വലതുകൈ തീപെട്ട് പൊള്ളിയതുപോലെ കാന്തിത്തുടങ്ങി. ചൊറിച്ചിലാണോ കാന്തലാണോ വേദനയാണോ എന്ന് തിരിച്ചറിയാനാവാത്ത ഒരു അസഹനീയത. ആ ചെടി കണ്ടപ്പോൾ മനസ്സിലായി. ചെമ്പരത്തിയുടെ ഇലപോലെ, വിളുമ്പുകളിൽ ചെറിയ പൂമുള്ളുകളുള്ള മൂന്നിലകൾ. ചെന്തട്ടിയാണോ? എന്തു ചെയ്യണമെന്നറിയാതെ ഞാൻ ജീപ്പിലേക്ക് ഓടി. ചെന്തട്ടി ചെറിയ ചെടിയാണ്. ഇത് വലിയ ഇലകളോടെ എന്റെ നെഞ്ചുവരെ പൊക്കമുള്ളത്. ചിന്തിക്കുന്തോറും ചൊറിച്ചിൽ കൂടിവരുന്നായി തോന്നി. ഒരുപക്ഷേ, വേറെ എന്തെങ്കിലും വിഷച്ചെടിയാണോ? കാന്തലിനേക്കാൾ ഭയമാണ് എന്നെ ഉലച്ചത്. തൊട്ടടുത്താണ് പണിക്കാരുടെ ക്വാർട്ടേഴ്സ്. മാരിമുത്തു ഉണ്ടായിരുന്നു. 'ആന ഡോക്ടറെ കാണാം സാർ' എന്ന് അവൻ പറഞ്ഞു. 'വേണ്ട, വേറെ ഡോക്ടറെ കാണാം' എന്ന് ഞാൻ പറഞ്ഞു. 'അതിന് താഴെ പോകണ്ടേ? പോയാലും അവിടെയുള്ളവർക്ക് ഇതൊന്നും അറിയില്ല. ആനഡോക്ടർ ഇതാ ഇവിടെയാ ഉള്ളത്. അഞ്ചുനിമിഷം കൊണ്ട് അങ്ങോട്ടു ചെല്ലാം. ഒരു സൂചി കേറ്റിയാൽ അപ്പം ഒക്കെ വച്ച് പിടിച്ചതു മാതിരി തീരും. നിങ്ങൾ ടൗണിൽനിന്നു വരുന്നവരാ. ഞങ്ങൾ ഇവിടെക്കഴിയുന്നവർ ഞങ്ങൾക്ക് ഒന്നും സംഭവിക്കാറില്ല. പക്ഷേ...' ഞാൻ എന്തെങ്കിലും പറയുന്നതിനുമുൻപ് മാരിമുത്തു ജീപ്പിൽ കയറിക്കഴിഞ്ഞിരുന്നു.

അങ്ങനെയാണ് ഞാൻഡോക്ടർ കെ.യുടെ അടുത്തേക്ക് പോയത്. അതും നല്ലതിനുതന്നെ എന്നു ഞാൻ ആശംസിച്ചു. ഒരു ഡോക്ടറെ കാണാനുള്ള മാർഗ്ഗം രോഗിയായി പോവുക എന്നതാണ്. സംസാരിക്കാൻ വിഷയമില്ലാതെ കുഴങ്ങേണ്ട കാര്യമില്ല. പക്ഷേ എന്റെ നെഞ്ച് പിടഞ്ഞു. കാന്തല് പൊട്ടലും ഞാൻ തെല്ലു മറന്നു. ഡോക്ടർ കെ. അദ്ദേഹത്തിന്റെ ക്ലിനിക്കിലായിരുന്നു. അത് ഒരു വലിയ തകരക്കൂരയിട്ട പുര. നാലഞ്ചു മാനുകൾ അവിടെ കമ്പിയ

ഴിയിട്ട കൂട്ടിൽ വെപ്രാളത്തോടെ ചുറ്റിവരികയായിരുന്നു. പുറത്ത് ഒരാന ദുഃഖത്തോടെ പേയ്ക്കരിമ്പിന്റെ താളുകൾ ചുരുട്ടി വായിലൊതുക്കി. ഒരു കുരങ്ങ് എന്നെ താല്പര്യത്തോടെ നോക്കി. നിലത്തുകിടന്ന് ഒരാൾ ഉറങ്ങുകയായിരുന്നു. ഡോ. കെ. വളരെ ശ്രദ്ധയോടെ എന്തോ പിപ്പെറ്റിൽ വലിച്ചെടുത്തുകൊണ്ടിരുന്നു. എന്നെ കണ്ടതും സ്നേഹഭാവത്തിൽ ചിരിച്ചിട്ട് പണി തുടർന്നു. മാരിമുത്തു 'ഡോക്ടറയ്യാ ഇവിടെ ഉണ്ടോ? ഓഫീസറെ ചെന്തട്ടി കടിച്ചു. കരയുകയാണ്. പാവം ചെറുക്കൻ, നാട്ടിൽനിന്നു വന്നതാ പാവം. പക്ഷേ ചെന്തട്ടി കടിച്ചാൽ വിഷമില്ലാത്തതുകൊണ്ട്...' എന്ന് തുടങ്ങി. 'എന്തോ നല്ല കാലം പാമ്പ് കടിച്ചാൽ ഇങ്ങനെ വരാൻ പറ്റുമോ? ഒറ്റയ്ക്ക് കാടിന്റെയുള്ളിൽ കയറാൻ പാടില്ലാന്നു പറഞ്ഞാൽ കേൾക്കില്ല. കാടും ഒരു വലിയ സർപ്പമാണ്. അതിനും വിഷമുണ്ട്. പക്ഷേ, സത്യവുമുണ്ട്.'

ഡോക്ടർ പിപ്പെറ്റിനെ കൊണ്ടുചെന്ന് ഫ്രിഡ്ജിൽ വച്ചിട്ടുവന്ന് എന്റെ കൈ നോക്കി. 'ഈ കാട്ടിലുള്ള ഒരു ചെടിയാണ്. ചെന്തട്ടിയുടെ മറ്റൊരു രൂപം. വേണമെങ്കിൽ ആന്റി അലെർജെറ്റിക് കുത്തിവയ്ക്കാം. പക്ഷേ ദേഹം പിന്നെ ഒരിക്കലും ഇതിന് പഴകില്ല. തണുത്ത വെള്ളംകൊണ്ട് കഴുകിക്കൊണ്ടേ ഇരിക്കുന്നതാണ്. ശരിക്കുള്ള ചികിത്സ. ഏതായാലും രണ്ടുമണിക്കൂറിനുള്ളിൽ ശരിയാവും...' ഞാൻ 'നല്ല ചൊറിച്ചിലുണ്ട്' എന്നു പറഞ്ഞു. 'അതെ, പക്ഷേ അത് മിക്കമാറും മാനസികമായ പ്രശ്നമാണ്. ഒന്ന് ചെയ്യാമോ? ചൊറിയാതിരിക്കാൻ ശ്രമിക്കുക. മനസ്സുകൊണ്ട് കൈരണ്ടും കെട്ടിയിടുക. ചൊറിച്ചിലിനെ ശ്രദ്ധിക്കുക. എന്തിനാണ് ഇത്ര വേവലാതി? ഇപ്പോൾ എന്തുണ്ടായി? വേദനയൊന്നും ഇല്ലല്ലോ. മരിക്കാനും പോകുന്നില്ല. ഉടൻതന്നെ ശരിയായിക്കിട്ടണം എന്നു പറഞ്ഞുകൊണ്ടാണ് നാം തുടിക്കുന്നത? വേണമെങ്കിൽ ഞാൻ സൂചി ഇടാം. പക്ഷോ നിങ്ങൾ ചെറുപ്പക്കാരനാണ്. കാര്യങ്ങൾ അറിയാനുള്ള ഒരു അവസരമായി കരുതുക. അത് എന്തിന് കളയണം?' അദ്ദേഹം സൂചി എടുത്തപ്പോൾ ഞാൻ പറഞ്ഞു. 'വേണ്ട ഡോക്ടർ... ഞാൻ ശ്രദ്ധിച്ചുകൊള്ളാം.'

'ഗുഡ്' എന്നു പറഞ്ഞ് ഡോക്ടർ പുഞ്ചിരിച്ചു. 'അരമണിക്കൂർ ഇരിക്കൂ. ഞാനൊരു ചായ ഉണ്ടാക്കാം. എന്റെ കൈയിൽ നല്ല ചായ

പ്പൊടി ഉണ്ട്.'

'ഈ മാനുകൾക്ക് എന്താണ് രോഗം?' ഞാൻ ചോദിച്ചു.

'എന്തോ ഇൻഫക്ഷൻ. അതുകൊണ്ട് രണ്ടെണ്ണത്തിനെ പിടിച്ചുകൊണ്ടുവരാൻ പറഞ്ഞു. നാലഞ്ചു ദിവസം നോക്കണം. സാമ്പിൾ എടുത്തിട്ടുണ്ട്. കോയമ്പത്തൂരിലേക്ക് അയച്ച് കൾച്ചർ ചെയ്ത് നോക്കണം. ഇവിടെയുള്ള ഏറ്റവും വലിയ പ്രശ്നം നാട്ടിലെ മൃഗങ്ങളിൽ നിന്ന് വരുന്ന രോഗങ്ങളാണ്. നാട്ടിലെ മൃഗങ്ങൾ ചെറുപ്പം മുതൽ പലതരം ആന്റി ബയോട്ടിക്കുകളിലൂടെ വളർന്നു വരുന്നവ. അവയുടെ ദേഹത്ത് എല്ലാ കീടങ്ങളും പലതരത്തിലുള്ള ജൈവമാറ്റങ്ങൾക്കു വിധേയമായിരിക്കും. അവ കാട്ടിലെത്തിയാൽ ഈ മൃഗങ്ങൾക്ക് അവയെ ചെറുക്കാനുള്ള ശേഷിയുണ്ടാവില്ല. ഒറ്റ വഴിയേ ഉള്ളൂ. കാടുകളിൽ കന്നുകാലികളെ മേയ്ക്കുന്നത് നിരോധിക്കുക. കാടുകളുടെ അടുത്തുതന്നെ നാട്ടുമൃഗങ്ങൾ എത്താൻ പാടില്ല. കാടിന്റെ അതിരിൽനിന്ന് മൂന്നു കിലോമീറ്റർ വരെ കന്നുകാലി മേയ്ക്കുന്നത് നിരോധിച്ചാൽ നന്ന്. ഞാനൊരു റെക്കമെന്റേഷൻ കൊടുത്തിട്ടുണ്ട്... നോക്കാം. 'അത് അത്ര എളുപ്പമുള്ള കാര്യമല്ല' എന്നു ഞാൻ പറഞ്ഞു. 'അറിയാം. നമ്മുടെ പണി പറഞ്ഞുകൊണ്ടേയിരിക്കലാണ്. ഞാൻ ഡോക്ടറാണ് സോഷ്യോളജിസ്റ്റോ രാഷ്ട്രീയക്കാരനോ അല്ല. നാടെവിടെയാണ്?'

'തെൻതിരുപേര...' ഞാൻ പറഞ്ഞു.

'തിരുനെൽവേലി ജില്ല. താമ്രവർണിയുടെ കര... എനിക്കവിടെ ഏതാനും ബന്ധുക്കൾ ഉണ്ട്.' ഡോക്ടർ പറഞ്ഞു. 'പഴയ അഗ്രഹാരം ഉണ്ട് അവിടെ. വലിയ ക്ഷേത്രമാണ്. പക്ഷേ ശില്പങ്ങളൊന്നും ഇല്ല.

ഞാൻ 'പോയിട്ടുണ്ടോ?' എന്നു ചോദിച്ചു.

'അവിടെ ഒരു ആനയ്ക്ക് കാലിൽ പുണ്ണ് വന്നപ്പോൾ പോയിരുന്നു.' ഡോക്ടർ പറഞ്ഞു. തമിഴ്നാട്ടിൽ ഏറ്റവും കൂടുതൽ ക്ഷേത്രോദ്ധാരണം ചെയ്ത നിരീശ്വരവാദിയാണ് ഞാൻ.'

ചായ തിളച്ചുതുടങ്ങി. നല്ല മണമുണ്ടായിരുന്നു. 'എന്റെ ഒരു ചങ്ങാതി കൊടുത്തയയ്ക്കുന്ന ചായപ്പൊടിയാണ്. കലർപ്പില്ലാത്തത്.' ഡോക്ടർ പറഞ്ഞു. 'എന്തു പറ്റി ചൊറിച്ചിലിന്?' ഞാൻ 'അതേ ഞാനത് മറന്നു' എന്നു പറഞ്ഞു. 'അത് ചെടിയുടെ ചെറിയൊരു

ശ്രദ്ധതിരിക്കൽ മാത്രം. നാം ചൊറിയുന്നതാണ് ശരിക്കുള്ള പ്രശ്നം' ഡോക്ടർ പറഞ്ഞു. 'വേദനകളെ ശ്രദ്ധിക്കുന്നതുപോലെ ധ്യാനം മറ്റൊന്നില്ല.നമ്മളാരാണ്. നമ്മുടെ ബുദ്ധി, മനസ്സ് എന്നൊക്കെ പറയുന്നതു സത്യത്തിൽ എന്താണ്, എല്ലാം നാമറിയും. വേദന എന്നാൽ എന്ത്? പതിവുള്ള രീതിയിൽ നിന്ന് ദേഹം തെല്ല് മാറുന്നു. അത്ര തന്നെ. വീണ്ടും പതിവിലേക്ക് മടങ്ങണം എന്ന് നമ്മുടെ മനസ്സ് കിടന്നു പിടയുന്നു. അതാണു ശരിക്കുള്ള വേദന. വേദനയെ ശ്രദ്ധിച്ച് തുടങ്ങിയാൽത്തന്നെ പകുതി യാതന ഇല്ലാതാവും. വെൽ, വലിയ വേദനകൾ ഉണ്ട്. മരണത്തേക്കാൾ ക്രൂരമായവ. മനുഷ്യൻ വെറും കീടമാണ് എന്ന് കാട്ടിത്തരുന്നവയാണവ.'

ചായ കൊണ്ടുവന്ന് എന്റെ മുന്നിൽവച്ചിട്ട് അദ്ദേഹം ഇരുന്നു. എന്നെ അദ്ദേഹം ശ്രദ്ധിച്ചിട്ടുണ്ട്. പ്രതീക്ഷിച്ചിരിക്കുകയാണ് എന്ന് ഞാൻ ഊഹിച്ചു. കട്ടൻ ചായ ഞാൻ ആദ്യമായിട്ടാണ് അത്രയും കടുപ്പത്തിൽ കുടിക്കുന്നത്. 'ഞാൻ പഞ്ചസാര ഇടാറില്ല... വേണമെങ്കിൽ ചേർത്തോളൂ' ഞാൻ വേണ്ട' എന്നു പറഞ്ഞു. സത്യം പറഞ്ഞാൽ മനുഷ്യനാണ് ഏറ്റവും വീക്കായ മൃഗം. മറ്റു മൃഗങ്ങൾക്കൊക്കെ വേദന സഹിക്കാനുള്ള കഴിവുണ്ട്. അവ വേദന സഹിക്കുന്നതിൽ കാട്ടുന്ന ഗാംഭീര്യത്തെ കണ്ടാൽ നാം കരഞ്ഞുപോകും. ജീവൻ തുടിക്കുന്ന വേദന ഉണ്ടെങ്കിലും ആന കരയില്ല. കണ്ണുകൾ മാത്രം നന്നായി ചുരുങ്ങിയിരിക്കും. ദേഹത്ത് ചെറിയ നടുക്കം ഉണ്ടാകും. ആനയെ പറഞ്ഞ് സമ്മതിപ്പിച്ചാൽ മയക്കുമരുന്നു കൊടുക്കാതെ സർജറി ചെയ്യാനാവും. ഞാൻ അങ്ങനെ ധാരാളം സർജറ ചെയ്തിട്ടുണ്ട്. വേദന സഹിച്ച് അനങ്ങാതെ നിൽക്കും. നെടുവീർപ്പ് മാത്രം ഉണ്ടാകും. ആന എന്തൊരു മൃഗമാണ്. സോ ഗ്രേറ്റ്! ദൈവം നല്ല ക്രിയേറ്റീവ് മൂഡിലിരിക്കുമ്പോൾ ഉണ്ടാക്കിയതാവണം.'

നാലാമത്തെ വരിയിൽ കെ. ആനയെ കൊണ്ടുവരും എന്നു ഞാൻ കേട്ടിട്ടുണ്ട്. പുഞ്ചിരി വന്നു. 'ആന മാത്രമല്ല കടുവ, കാട്ടി ഒക്കെ ശക്തന്മാരാണ്' ഡോക്ടർ പറഞ്ഞു. മനസ്സ് വായിക്കാൻ കഴിവുള്ളയാൾ എന്നു ഞാൻ പറഞ്ഞു. 'അതെ, മനുഷ്യർ കിടന്ന് നിലവിളിക്കും. ദൈവത്തെ വിളിച്ച് വരുത്താൻ നോക്കും. കൈയിൽ കിട്ടിയതൊക്കെ മരുന്ന് എന്നു കരുതി വലിച്ച് വാരിത്തിന്ന് രോഗിയാ

വും. Man is a pathetic being. വായിക്കാറുണ്ടോ?

'അതെ' എന്നു ഞാൻ പറഞ്ഞു. 'You should read Gandhi. ഈ തലമുറയുടെ ചിന്തകളെ സ്വാധീനിക്കാൻ കഴിവുള്ള ഏക ചിന്തകൻ ഗാന്ധി മാത്രമാണ്. എല്ലാറ്റിനെയും കുറിച്ച് വളരെ ഒറിജിനലായി എന്തെങ്കിലും പറഞ്ഞിട്ടുണ്ടാവും. എന്റെ ഫേവറൈറ്റ്, ഗാന്ധിയും അരബിന്ദോ ഘോഷുമാണ്.' പെട്ടെന്ന് എന്റെ ഉടൽ ഞെട്ടി. ഡോക്ടറുടെ വിരലുകൾ ഞാൻ ശ്രദ്ധിച്ചതുകൊണ്ടാണ്. പുഴുക്കളിൽ പെരുമാറിയവ. എനിക്ക് ഓക്കാനം വന്നു. ചായ പിന്നെ ഒരു കവിൾ പോലും കുടിക്കാൻ പറ്റിയില്ല. ഇതെന്ത് മനോരോഗമാണ്. പലതവണ ഞാൻ ചായക്കോപ്പ ചുണ്ടോടടുപ്പിച്ചു. ഛർദ്ദിച്ചു പോകും എന്നു തോന്നിയതുകൊണ്ട് തിരികെ വച്ചു. മനസ്സ് വായിക്കുന്നയാളാണ്. അവിടെനിന്ന് ഇറങ്ങിപ്പോയാൽ മതിയെന്ന് തോന്നിപ്പോയി. പെട്ടെന്ന് ചായക്കോപ്പ എടുത്ത് ചായ മുഴുവൻ ഒറ്റയടിക്ക് കുടിച്ചു. തൊണ്ടയും അന്നനാളവും കത്തിയെരിഞ്ഞു. 'Oh my!' എന്ന് ഡോക്ടർ പറഞ്ഞു. 'ഞാൻ നല്ല ചൂടോടെ കുടിക്കുന്നവനാണ്. നിങ്ങൾ എന്നെക്കാൾ മുന്തിയ ഇനമാ... തണുത്തോ? വേണമെങ്കിൽ മറ്റൊന്ന് ഇടാം' ഞാൻ തിടുക്കത്തോടെ 'വേണ്ട' എന്നു പറഞ്ഞു. കുറേ മുമ്പുവരെ മൃഗങ്ങളെ ചികിത്സിക്കുകയായിരുന്നു. അദ്ദേഹത്തിന് യാതൊരു ഉളുപ്പും ഇല്ല. അദ്ദേഹം കൈ കഴുകിയോ. കഴുകി, പക്ഷേ...

"നിങ്ങൾ അന്ന് ബോധംകെട്ടു വീണു അല്ലേ?' കൃത്യമായി കെ അവിടത്തന്നെ എത്തി. 'അതെ' ഡോക്ടർ പുഞ്ചിരിച്ചു. 'കാട്ടിൽ ചാകുന്ന ഓരോ വലിയ മൃഗത്തിനെയും പോസ്റ്റുമോർട്ടം ചെയ്യണമെന്നാണ് എന്റെ തിയറി. ഒരുപാട് പോരാടി നേടിയ അവകാശമാണ്. എത്ര ചീഞ്ഞ ജഡമായാലും പോസ്റ്റുമോർട്ടം ചെയ്തേ മതിയാവൂ. ആ ആന എങ്ങനെ ചത്തു എന്നറിയാമോ? ഞാൻ തലകുലുക്കി. 'അതിന്റെ വയറ്റിൽ എട്ടുകിലോ പോളിത്തീൻ ബാഗുകൾ ഉണ്ടായിരുന്നു. ആളുകൾ കാട്ടിൽ വലിച്ചെറിയുന്നവ, അതിലുള്ള തീൻപണ്ടങ്ങളുടെ ഉപ്പുരസത്തിനുവേണ്ടി പെറുക്കിത്തിന്നതാണ്.'

ഡോക്ടർ കോപ്പകൾ കഴുകിവെയ്ക്കാൻ തുടങ്ങി. ഒപ്പം ചെന്ന് സഹായിക്കണമെന്ന് തോന്നിയെങ്കിലും അതൊരു സ്വാതന്ത്ര്യം എടുക്കലാവുമോ എന്നു ഞാൻ ശങ്കിച്ചു. 'ഞാൻ പോസ്റ്റുമോർട്ടം നട

ത്തിത്തുടങ്ങുന്നതുവെര കാട്ടിൽ മൃഗങ്ങൾ ചാകുന്നതു സ്വാഭാവികമാണ് എന്നായിരുന്നു തിയറി. ഇപ്പോൾ എല്ലാവർക്കും വ്യക്തമായി. മൂന്നിലൊരു മരണം കൃത്രിമമായ കാരണങ്ങൾകൊണ്ടാണ്. ശരിക്കും പറഞ്ഞാൽ ഷീർ മർഡർ...' കോപ്പകളെ വെളുത്ത തൂവാലകൊണ്ട് നന്നായി തുടച്ച് മുകളിൽ അടുക്കിവെച്ചു അദ്ദേഹം. അടുപ്പും പരിസരവും ഒരുപോലെ ശുദ്ധവും ശാസ്ത്രീയവുമായിരുന്നു. 'പണ്ടൊക്കെ ഒരു ഇൻഫെക്ഷൻ വന്നാൽ അതിന്റെ കാരണം കണ്ടുപിടിക്കുന്നതിന് മുൻപു പകുതി മൃഗങ്ങളും കഴിഞ്ഞിരിക്കും.' ഞാൻ പക്ഷേ, വളരെ ചീഞ്ഞതാണെങ്കിൽ...' എന്നു പറഞ്ഞു. 'അതിന് മെത്തഡോളജിയുണ്ട്. ഞാൻ വിശദമായി എഴുതിയിട്ടുണ്ട്.'

പിന്നെയും ഒരിക്കൽ കഴുകിയപ്പോൾ നീറ്റൽ ഇല്ലാതായി. ആ ഭാഗങ്ങൾ ചെറുതായി ചുമന്ന് തടിച്ചിരുന്നു. എന്റെ ചിത്തം അവിടെച്ചെന്ന് വേദനയ്ക്കുവേണ്ടി കാത്തിരിക്കുന്നത് ഞാനറിഞ്ഞു. 'പുഴുക്കളെക്കണ്ട് ഭയന്നു അല്ലേ?' ഡോക്ടർ ചോദിച്ചു. 'എനിക്ക് ശീലമില്ല' എന്നു ഞാൻ പറഞ്ഞു. 'പുഴുക്കളെ എല്ലാവർക്കും അറപ്പാണ്. കാരണം പുഴു ചീയലിന്റെ ഭാഗമാണ്. ചീയുക എന്നാൽ മരണം. ഒന്ന് നിന്നു ശ്രദ്ധിച്ചാൽ ഏതു ഭയത്തെയും കടന്നുപോകാം. ഭയം, അറപ്പ്, സംശയം, വെറുപ്പ് തുടങ്ങിയവയെ നാം ഒഴിവാക്കാനാണ് എപ്പോഴും ശ്രമിക്കുന്നത്. അതുകൊണ്ട് വേണ്ടത്ര ശ്രദ്ധ കൊടുക്കാറില്ല. അശ്രദ്ധ അവയെ വളർത്തുന്നു. നിങ്ങളീ കാട്ടിൽ പുളിങ്കുരു പോലുള്ള ഒരു കറുത്ത വണ്ടിനെ കണ്ടിട്ടില്ലേ?' ഞാൻ തലകുലുക്കി. 'നമ്മുടെ വീടുമുഴുവൻ ആ വണ്ട് ഉണ്ടാവും. പലപ്പോഴും നാം ഭക്ഷണം പോലും അതിനെ എടുത്തുമാറ്റിയിട്ട് കഴിക്കും. ആ വണ്ടിന്റെ പുഴുവാണ് നിങ്ങൾ കണ്ടത്. വണ്ട് അഡൽറ്റ് എങ്കിൽ പുഴു അതിന്റെ കുഞ്ഞാണ്. പുഴുക്കളെ നോക്കുമ്പോൾ നടക്കാനാവാത്ത, മൊഴി തിരിയാത്ത, വായ മാത്രം ഉള്ള ചെറിയ കുഞ്ഞാണെന്നേ എനിക്ക് തോന്നുകയുള്ളൂ. 'വളരുക' എന്ന ആശയത്തെയാണ് അവയ്ക്ക് കൊടുത്തിട്ടുള്ളത്. തിന്നുക മാത്രമാണ് ധർമ്മം, ബ്രഹ്മത്തിന്റെ നേരിട്ടുള്ള കൺട്രോളിലാണ്' ഡോക്ടർ ചിരിച്ചു. 'Dont panic.' എന്റെ അച്ഛൻ വേദാന്തിയായിരുന്നു. ഞങ്ങൾ സ്മാർത്തന്മാരാണ്. പക്ഷേ, വേദാന്തം ഒന്നും പറയാൻ പോകുന്നില്ല. But listen, ഇനി പുഴുക്കളെ വെറുക്കരുത്. അവ ഓമനകളാണ്.

വെളുത്ത് തുടുത്ത് വലിയ കണ്ണുകളോടെ. ഭക്ഷണം എന്ന അനുഭവം പൂർണ്ണമായും അവർക്കാണുള്ളത്. ഭക്ഷണത്തിൽത്തന്നെ കിടന്നുപുളഞ്ഞ് മുഴുവൻ ശരീരവുംകൊണ്ട് തിന്നുക. പുഴുവിന്റെ പുളച്ചിൽ കണ്ടാൽ കൊതിതോന്നും. അത്രയ്ക്ക് സന്തോഷമൊന്നും നമുക്കില്ല. അത്രയ്ക്ക് സന്തോഷമുള്ള ചില മുഹൂർത്തങ്ങളിൽ നമ്മളും പുഴുക്കളെപ്പോലെ പുളയുകയാണ് ചെയ്യുന്നത് അല്ലേ?'

ഞാൻ പുഞ്ചിരിച്ചു., 'ചെറിയ കുട്ടികൾ തിന്നുന്നതുപോലെ വലിയവർക്കു തിന്നാൽ പറ്റില്ല. ആ നിരക്ക് വച്ചു നോക്കിയാൽ താൻ ദിവസവും മുപ്പതുലിറ്റർ പാൽ കുടിക്കേണ്ടിവരും.' ഡോക്ടർ പറഞ്ഞു. 'പലപ്പോഴും പന്തികളിൽ ആളുകൾ ഊണുകഴിക്കുന്നത് ഞാൻ കാണാറുണ്ട്. ഒരാളും അവിടെയുണ്ടായിരിക്കുകയില്ല. ഒരാളും രുചി അറിയുകയില്ല. കുട്ടികളുടെ ദേഹത്തുതന്നെ രുചി ഉണ്ടാവും... പുഴുക്കളെപ്പോലെ ഉണ്ണുക. ഇനി അവയെ നോക്കുമ്പോൾ ആ രുചിയും വിശപ്പും വേണമെന്ന് പ്രാർത്ഥിക്കുക.' പെട്ടെന്ന് അദ്ദേഹം ചിരിച്ചു. 'ഭ്രാന്തൻ ഫിലോസഫറാണെന്നു തോന്നുന്നു അല്ലേ? I am trying to be one... Anyway...' അന്ന് മുഴുവൻ ഡോക്ടറുടെ ഒപ്പം ഉണ്ടായിരുന്നു. അദ്ദേഗം മികച്ച സംഭാഷണവിദഗ്ധനാണ്. അത്തരത്തിലൊരാളെ ഞാൻ അതുവരെ കണ്ടിട്ടുണ്ടായിരുന്നില്ല. ജെ.എൻ.യു.വിൽ പോലും ശാസ്ത്രം, സാഹിത്യം, രാഷ്ട്രീയം, സംഗീതം, വേദാന്തം എന്ന് സംഭാഷണം ഒഴുകിക്കൊണ്ടേയിരിക്കും. ജെയിംസ്ബോണ്ട് കാറിൽനിന്ന് ഹെലികോപ്റ്ററിലേക്ക് ചാടിക്കയറി, ബോട്ടിലെക്ക് ഇറങ്ങി. കപ്പലിൽ കയറി, കരയിലെത്തി, ബൈക്കിൽ കയറി ഓടിക്കുന്നതുപോലെയാണ് അദ്ദേഹത്തിന്റെ പേച്ച്. അവിടെനിന്നിറങ്ങുമ്പോൾ എന്റെ തലയ്ക്കുള്ളിൽ മുറുകിയ വീൽചക്രങ്ങൾ പതുക്കെ അയഞ്ഞുതുടങ്ങും. പിന്നിലേക്ക് അവ ചുറ്റി ഓരോന്നായി ഓർത്തെടുക്കും. അദ്ദേഹത്തെ കാണാത്ത സമയം മുഴുവൻ അദ്ദേഹം സംസാരിച്ചതിനെപ്പറ്റി മാത്രമായിരിക്കും ഞാൻ ചിന്തിക്കാറ്. ആഴ്ചയിൽ മൂന്നുദിവസം ഞാൻ അദ്ദേഹത്തിന്റെ ഒപ്പമായിരിക്കും. പുസ്തകങ്ങൾ തരും. തന്റെ പണിയിൽ ഒപ്പം ചേർക്കും. വെറുതെ വെടിപറഞ്ഞിരിക്കും. തർക്കിക്കും. ശരിക്കും ഒരു പ്രേമബന്ധം. മറ്റൊരാളും ലോകത്തില്ല. മറ്റൊന്നും ചിന്തിക്കാനില്ല. ഗുരുശിഷ്യബന്ധം എന്നു പറയുന്നത് ഇതാണോ?

ലോകത്തിലെ ബന്ധങ്ങളിൽ ഏറ്റവും മഹനീയമായത് ഇതാണെന്നാണു ഞാൻ കേട്ടിട്ടുള്ളത്. പ്രേമത്തിൽനിന്ന് ആളുകൾ വേഗം കരകയറും. മാതാപിതാക്കളിൽനിന്നും അകലും. ഗുരുവിൽ നിന്നും ഒരാൾക്കും മോചനമില്ല. ഗുരു വളർന്നുകൊണ്ടേയിരിക്കുന്നു. ഗുരു ഒരാളല്ല. നമ്മുടെ കണ്ണിന് മുന്നിൽ നിൽക്കുന്ന ഒരു ശരീരമല്ല. പിന്നിലുള്ളത് ഒരു നിരയാണ്. സലീം അലിയാണ്, ഗാന്ധിയാണ്, കാളിദാസനാണ്, വ്യാസനാണ്.

നാല്

ഡോക്ടറുടെ ഒപ്പം ചേർന്ന് ഞാനും മൃഗങ്ങളോട് ഇണങ്ങി. കുംക്കി ആനയുടെ മീതെ കയറി കാട്ടിന്റെ ഇലത്തഴപ്പിന്റെ തിരകളുടെ മീതെ നീങ്ങിപ്പോയി. ആൾ മുകളിൽ കയറിയതും തന്റെ പൊക്കത്തെ ആളിന്റെ പൊക്കത്തോടു ചേർത്തു കണക്കിടുന്ന ആനയുടെ സൂക്ഷ്മത ഓരോ തവണയും എന്നെ അത്ഭുതപ്പെടുത്തി. ഡോക്ടർ ഒരു കരടിക്ക് കാലിൽ ഓപ്പറേഷൻ ചെയ്തപ്പോൾ അതിന്റെ മറ്റേക്കാൽ പിടിച്ചത് ഞാനാണ്. മാനുകളുടെ ചാണകം കാട്ടിൽനിന്നു പെറുക്കി പോളിത്തീൻ ബാഗിലിട്ട് സാമ്പിളായി കൊണ്ടുചെന്നു കൊടുത്തു. ഒരു മാസത്തിനുള്ളിൽ പുഴുക്കൾ എനിക്കു പഴകി. പിന്നെ അവ കുഞ്ഞുങ്ങളായി തോന്നിത്തുടങ്ങി.

കുനിഞ്ഞ് പുഴുക്കളെ ഞാൻ നോക്കിനിൽക്കും. വെളുത്തുകൊഴുത്ത കുട്ടികൾ. ഇപ്പം തീർന്നുപോകും എന്ന മട്ടിലാണ് തീറ്റ. വെളുത്ത തീ! അറിയാൻ കഴിയാത്ത ഒരു മഹത്വത്താൽ അണുവിടപോലും ബാക്കിയില്ലാതെ നിറച്ചതാണ് ഈ പ്രപഞ്ചം എന്നു തോന്നും. ഉണ്ണുക എന്ന ആജ്ഞ മാത്രം ഉടലിന്റെയുള്ളിൽ ഉയിരും ചിത്തവുമായി മാറിയിരിക്കുന്നു. ആ ഒറ്റത്തുള്ളിയുടെ ഉള്ളിലുണ്ട് ചിറകുകൾ. കാലും കൈയും കണ്ണും. വരാനിരിക്കുന്ന ഒരുപാട് പുഴുക്കൾ. കോടാനുകോടി ജീവനുകളിലായി വാഴുന്ന ഒറ്റബോധം മഹാബോധം. മുഴുവൻ ഉടലുകളും ഇല്ലാതായാലും എല്ലാ ജീവനും മറഞ്ഞാലും അതെവിടെയോ ഉണ്ടാവും. ചെറുപ്രാണികളോട് മനുഷ്യന് യുദ്ധം ചെയ്യാനാവില്ല എന്നു ഡോക്ടർ കെ. പറയാറുണ്ട്. കീടങ്ങൾ ചെറുതായതുകൊണ്ടുതന്നെ അവയുടെ മഹാബോധ്യം അതിബ്രഹ്മാണ്ഡമാണ്. താൻ വളരെ വലുതായതുകൊണ്ട് അത് തീരെ ചെറിയതിനെ തെരഞ്ഞെടുത്തിരിക്കുന്നു. അതിന്റെ മുന്നിൽ വിഷവും ആന്റിബയോട്ടിക്കുമായി നിൽക്കുന്ന മനുഷ്യൻ പരിഹാ

സ്യൻ. ഞാൻ പുഴുക്കളെ വിരൽതൊട്ട് എടുക്കും. അത് എന്റെ കൈയിൽ ഊർന്ന് കയറുമ്പോൾ ചെറിയ കുഞ്ഞ് കൈനീട്ടി വന്ന് തഴുകുന്നതുപോലെ തോന്നും. ചിലപ്പോൾ പുഴുവിനെ പൊക്കിയെടുത്ത് എന്റെ മുഖത്തിന്റെ മുന്നിൽ കൊണ്ടുവന്ന് അതിന്റെ കണ്ണുകളിലേക്ക് സൂക്ഷിച്ചുനോക്കും. ഭക്ഷണമില്ലാതെ മറ്റൊന്നും നോക്കാൻ കഴിവില്ലാത്ത കണ്ണുകൾ. ആ ഒറ്റ പുഴുവിന് എന്നെ നോക്കാനാവില്ല. പക്ഷെ, വിരാടരൂപനായ പുഴുവിന് എന്നെ നോക്കാൻ കഴിയും. ഞാൻ അതിനെ നോക്കി പുഞ്ചിരിക്കും. ചിലപ്പോൾ നീ എന്നെയും തിന്നുമായിരിക്കും. ഇവിടെയുള്ള എല്ലാം നിനക്ക് ഭക്ഷണമാണ്. എന്റെ ഉണ്ണിയല്ലേ, എന്റെ ചെല്ലക്കുട്ടിയല്ലേ എന്ന് കൊഞ്ചണമെന്ന് തോന്നും, ഉമ്മവയ്ക്കണമെന്നു തോന്നും.

ഡോക്ടർ കെ. സാഹിത്യത്തിൽ അപാരമായ താൽപര്യമുള്ളയാൾ. തേടിവരുന്ന ഒരു ആദിവാസി കിഴവിയെപ്പോലും മടക്കി അയയ്ക്കാത്ത, ഒരു മൃഗത്തിന്റെ ചികിത്സയെപ്പോലും മാറ്റിവയ്ക്കാത്ത, തിരക്കിന് നടുക്ക് അദ്ദേഹം ലോകത്തിലെ പ്രധാന ജേണലുകളിൽ പഠനങ്ങൾ എഴുതുകയായിരുന്നു. അദ്ദേഹത്തിന്റെ ലേഖനങ്ങളുള്ള ജേണലുകളെ ഞാൻ എടുത്ത് മറിച്ചുനോക്കും. മറ്റു ലേഖനങ്ങളിലൊക്കെ കൃത്യമായ ശാസ്ത്രഭാവനയാണ്. ഡോക്ടറുടെ ലേഖനങ്ങളിൽ ചെറിയ ഒരു പുഞ്ചിരി എപ്പോഴുമുണ്ടാവും. സാഹിത്യത്തിൽ നിന്ന് എടുത്ത നല്ല വരികളുണ്ടാവും. ഡോക്ടർ കെ. ലോർഡ് ബൈറന്റെ വലിയൊരു ആരാധകനാണ്. ബ്രിട്ടീഷ് കാൽപനികത്വം പൊതുവെ ഇഷ്ടമാണെങ്കിലും ബൈറൻ മുഴുവനായിത്തന്നെ കാണാപ്പാഠം.

ഒരിക്കൽ ഞാനും ഡോക്ടറും കാട്ടിൽ പോകുമ്പോൾ ഡോക്ടർ കൈ കാട്ടി ജീപ്പ് നിർത്തി. അദ്ദേഹം ഒച്ചയില്ലാതെ ചൂണ്ടിക്കാട്ടിയ സ്ഥലത്ത് ഒരു ചെന്നായയുടെ രണ്ടു വലിയ കാതുകൾ കുറ്റിക്കാടിന്റെ ഇലകളുടെ നടുക്ക് കണ്ടു. അത് ഞങ്ങളെ ഒറ്റുറിയുകയായിരുന്നു. അദ്ദേഹം മറ്റൊരു ദിക്കിലേക്ക് ചൂണ്ടി. അവിടെയും ഒരു ചെന്നായ്. പിന്നെ മനസ്സിലായി ആ ചെന്നായകൾ ഞങ്ങളെ ചുറ്റി വളഞ്ഞിരുന്നു. അവ ഒരുപാട് നേരമായി ജീപ്പിന്റെ പിന്നിൽ വരികയായിരുന്നു എന്നു തോന്നി. ചെന്നായ് ചുറ്റി വളയ്ക്കുന്നതിനെപ്പറ്റി ഞാൻധാരാളം കേട്ടിട്ടുണ്ട്. എന്റെ ശരീരം വിയർത്തുകഴിഞ്ഞി

രുന്നു. 'തൊട്ടടുത്ത് എവിടെയോ അവയുടെ തലവൻ ഉണ്ട്. അല്ലെങ്കിൽ കുട്ടിയിട്ടു കിടക്കുന്ന' അമ്മ. ഡോക്ടർ പറഞ്ഞു. 'അവ എന്നെ വിളിക്കാൻ വന്നതാണ്. പ്രശ്നമൊന്നും ഇല്ല. നിങ്ങൾ ജീപ്പിൽനിന്ന് ഇറങ്ങണ്ട. ഒച്ചയുണ്ടാക്കണ്ട. ഞാൻ ചെന്ന് നോക്കിയിട്ടു വരാം.' ഞാൻശ്വാസത്തിന്റെ ഒച്ചയിൽ 'ഒറ്റയ്ക്കോ' എന്നു ചോദിച്ചു. 'അതെ. പക്ഷേ അവയ്ക്ക് എന്നെ അറിയാമെന്നാ തോന്നുന്നത്. ഞാൻ ചെന്നായകളെ ചികിത്സിച്ചിട്ടുണ്ട്.' ഞാൻ ഡോക്ടറുടെ കൈകൾ കടന്നുപിടിച്ചു. 'ഡോക്ടർ വേണ്ട. ചെന്നായകൾ വളരെ ക്രൂരമായവ എന്നാണു ഞാൻ കേട്ടിട്ടുള്ളത്.' ഡോക്ടർ ചിരിച്ച് എന്റെ കൈവിടർത്തി. 'തീർച്ചയായും ആപത്തുണ്ട്. പക്ഷേ, ഇത് എന്റെ കടമയാണ്.' എന്നു പറഞ്ഞ് താഴെയിറങ്ങി. കൈയിൽ മരുന്നുപെട്ടിയോടെ അവയെ നോക്കി നടന്നു.

എന്റെ ദേഹത്തിലൂടെ തണുപ്പ് കടന്നുപോയി. എന്റെ കീശയിലുണ്ടായിരുന്ന തോക്കിൽ വിരൽകൊണ്ട് ഒന്നു തൊട്ടു. അതിന്റെ കുളിർമ്മ ആശ്വാസമേകി. പക്ഷേ, അതുകൊണ്ട് എനിക്ക് ഡോക്ടറെ രക്ഷിക്കാനാവില്ല. ചെന്നായ എളുപ്പത്തിൽ ഭയപ്പെടുന്നവയല്ല. ഡോക്ടർ ചെരിവിൽ കയറി അവയുടെ അടുത്തെത്തി. കുറ്റിക്കാട്ടിൽ നിന്ന് ആദ്യത്തെ ചെന്നായ തലപൊക്കി വലിയ കാതുകളെ മുമ്പോട്ട് മടക്കി, മൂക്കിൽ ചരടിട്ട് വലിച്ചതുമാതിരി നീട്ടി, അദ്ദേഹത്തെ നോക്കി. അദ്ദേഹം അടുത്തെത്താറായപ്പോൾ അതിന്റെ തല താഴ്ന്ന് നിലത്തു തൊട്ടിട്ടുണ്ടായിരുന്നു. മറ്റുനായകൾ ചലനമില്ലാതെ അദ്ദേഹത്തെ നോക്കിനിന്നു. കാതുകളിലൂടെ അവ സംവദിക്കുന്നത് കാണാൻ കഴിഞ്ഞു. അദ്ദേഹം അടുത്തെത്തിയപ്പോൾ ആദ്യത്തെ നായ ചെറുതായി ഒന്നു മുരണ്ടു. മറ്റു നായകൾ അദ്ദേഹത്തെ വളഞ്ഞു. ഡോക്ടർ അനങ്ങാതെ നിന്നു. ഏതാനും സമയം നായകളും ഡോക്ടറും എന്തോ രഹസ്യച്ചടങ്ങുപോലെയോ പ്രാർത്ഥനപോലെയോ നിന്നു. ആ നായ വയറ് നിലത്തിഴഞ്ഞ് നീന്തുന്നതുപോലെ അടുത്തെത്തി. മുഖം നീണ്ടുവന്ന് അദ്ദേഹത്തിന്റെ കാലുകളിൽ തൊട്ടു. പെട്ടെന്ന് എഴുന്നേറ്റ് അദ്ദേഹത്തെ ചുറ്റിവന്ന് നന്നായി മണം പിടിച്ചു. ഒന്ന് പിന്നിലെത്തി നോക്കിയിട്ട് മുൻപോട്ട് വന്ന് പിന്നെയും മണം പിടിച്ചു. 'ഹു ഹു' എന്ന് ഒരു ഒച്ചയുണ്ടാക്കി. മറ്റുള്ള നായകൾ അടുത്തെത്തി. അവിടെ പിന്നെ

നായകളുണ്ട് എന്ന് ഞാൻ അപ്പോഴാണ് അറിഞ്ഞത്.

നായകൾ അദ്ദേഹത്തിന് ചുറ്റുംനിന്ന് വാലാട്ടി. അവയുടെ ശരീരഭാഷ പൂർണമായും മാറിക്കഴിഞ്ഞിരുന്നു. വേണ്ടപ്പെട്ട ഒരാളെ എതിരേൽക്കുന്നതുപോലെ ദേഹം കുറുക്കേ തിരിച്ച്, വാല് വിറപ്പിച്ചുകൊണ്ട്, ആ നായ പുളഞ്ഞു. അദ്ദേഹത്തെ നോക്കിക്കൊണ്ട് വാല് ചുഴറ്റിക്കൊണ്ടു കുറേ നടന്ന് പിന്നെ തുള്ളി അടുത്തെത്തി. ഒരു നായ രണ്ടു കാലും പൊക്കി അദ്ദേഹത്തിന്റെ മീതെ വച്ച് കൈകളിൽ ചുംബിച്ചു. ഒരു നായ നിലത്തുകിടന്ന് നാലുകാലും പൊക്കി ആട്ടിയതിനുശേഷം എഴുന്നേറ്റ് തുള്ളിച്ചാടിവന്ന് അദ്ദേഹത്തിന്റെ കാലുകളിൽ തന്റെ ദേഹം ഉരുമ്മി. അവ ഡോക്ടറെ ഒരു അപൂർവ്വ വിരുന്നുകാരനായി കരുതുന്നത് കാണാൻ കഴിഞ്ഞു. അദ്ദേഹത്തിന്റെ വരവ് ഒരു വലിയ അംഗീകാരം. അതിനെ എങ്ങനെ ആഘോഷിക്കുമെന്നത് അവയ്ക്ക് അറിയാൻ കഴിഞ്ഞില്ല. അവ തേങ്ങുന്നതുപോലെ, മുരളുന്നതുപോലെ ഒച്ചയുണ്ടാക്കി. രണ്ടു നായകൾ കുറ്റിക്കാട്ടിലൂടെ ഓടിയകന്ന് അവിടെനിന്ന് കാതുകൾ പിന്നിലാക്കി ചാടിച്ചാടി അടുത്തെത്തി. അവ അദ്ദേഹത്തെ ചുബിച്ചുകൊണ്ടേയിരുന്നു. ഡോക്ടർ ചിരിക്കുകയായിരുന്നു. നായകൾ കാലുകളിൽ വന്നു മുട്ടിയപ്പോൾ അടിതെറ്റി സമനില വീണ്ടെടുത്തു.

അദ്ദേഹത്തെ അവ കൂട്ടിക്കൊണ്ടു ചെല്ലുന്നത് ഞാൻ കണ്ടു. ജീപ്പിന്റെ മുകളിൽ കയറിനിന്ന് എന്തു സംഭവിക്കുന്നു എന്ന് ഞാൻ നോക്കി. ധാരാളം നായകളുടെ വാലാട്ടൽ കുറ്റിക്കാടിന്റെ ഉള്ളിൽ കാണാൻ കഴിഞ്ഞു. അദ്ദേഹം അവയുടെ വലയത്തിന്റെ ഉള്ളിൽ കടന്നപ്പോൾ മറ്റു നായകൾ പഴയ സ്ഥലത്തുതന്നെ നിന്നു. ഡോക്ടർ കുറ്റിക്കാടിന്റെ ഉള്ളിൽച്ചെന്ന് എന്തോ കുനിഞ്ഞുനോക്കുന്നത് കണ്ടു. പിന്നെ അദ്ദേഹം ഇരുന്നു. ഒരു മണിക്കൂർ കഴിഞ്ഞ് അദ്ദേഹം മടങ്ങി. ജീപ്പിൽനിന്ന് കീടനാശിനി ചേർത്ത വെള്ളമെടുത്ത് കൈകഴുകി. 'പോകാം' എന്നു പറഞ്ഞ് കയറിയിരുന്നു. 'എന്തിനാണ് സാർ?' എന്നു ഞാൻ ചോദിച്ചു. 'അവിടെ ഈ സംഘത്തിന്റെ തലവൻ കാലുമുറിഞ്ഞ് കിടക്കുന്നു. എല്ല് മുഴുവൻ പുറത്ത് കാണാം' ഡോക്ടർ പറഞ്ഞു.

'എന്തു പറ്റി?' എന്ന് ഞാൻ ചോദിച്ചു. 'പുള്ളിപ്പുലിയുടെ അടി

യാണെന്നാ തോന്നുന്നത്. ഞാൻ ആ വ്രണം വച്ചുകെട്ടി.' ഞാൻ തിരിഞ്ഞുനോക്കി. നായകൾ ഞങ്ങളെ നോക്കി നിൽക്കുകയാരുന്നു. 'ശരിയാവുമോ?' ഡോക്ടർ. 'ശരിയായേക്കാം... പക്ഷേ നമുക്കൊന്നും ചെയ്യാനാവില്ല. നാം നോക്കേണ്ടത് ഒറ്റ കാര്യം മാത്രം. മനുഷ്യൻ എന്തെങ്കിലും ചെയ്തിട്ടുണ്ടോ? വല്ല മാരകരോഗവുമാണോ, മനുഷ്യൻ ചെയ്ത തെറ്റാണെങ്കിൽ അവനെ ശിക്ഷിക്കണം. രോഗമാണെങ്കിൽ വേണ്ട നടപടി എടുക്കണം. മറ്റെല്ലാം കാട്ടിലെ സ്ഥിരജീവിതമാണ്. ജനനവും മരണവും സ്നേഹവും യുദ്ധവും. നമ്മൾ വെറും കാഴ്ചക്കാർ...' ഞാൻ തിരിഞ്ഞുനോക്കിയപ്പോൾ അവിടെ ചെന്നായകൾ ഉണ്ടെന്നേ തോന്നിയില്ല. പക്ഷേ, കാട് ഒരു ചെന്നായപോലെ നോട്ടം ഉള്ളതായിത്തീരുന്നു. 'ചത്താൽ ആ രണ്ടാമത്തെ നായ തലവനാകും. എന്നെ എതിരേറ്റ് കൂട്ടിക്കൊണ്ടുപോയവൻ. കഴിവുള്ളവനാണ്.' ഞാൻ 'ഡോക്ടർ എന്തു മരുന്നാണ് ഇട്ടത്?' എന്നു ചോദിച്ചു. 'മരുന്നൊന്നും ഇട്ടില്ല. വ്രണം വച്ചുകെട്ടി. തുണികൊണ്ടല്ല, ഇലയും വള്ളിയുംകൊണ്ട്. പുണ്ണ് കരിയുമ്പോൾ താനേ പൊഴിയും.' ഞാൻ അത്ഭുതത്തോടെ 'മരുന്ന് വേണ്ടേ?' എന്നു ചോദിച്ചു. 'നമ്മുടെ ആന്റിബയോട്ടിക്കുകൾ കൊണ്ടുചെന്ന് കാട്ടിൽ ചേർത്ത് വിടണമെന്നോ? കൊടുത്തുപഴക്കിയാൽ പിന്നെ നാട്ടിലേതുപോലെ കാട്ടിലും മൂന്നുകിലോമീറ്ററിന് ഒരു ആശുപത്രി വീതം കെട്ടേണ്ടിവരും. കാട്ടുമൃഗം കാട്ടിൽത്തന്നെ ജീവിക്കുന്നതാണ് നല്ലത്. ഞാൻ കാട്ടിൽ മരുന്ന് കടത്തിവിടുന്നതിന് എതിരാണ്' ഡോക്ടർ കെ. പറഞ്ഞു.

ഞാൻ, 'ആ ചെന്നായ്താങ്കളെ മനസ്സിലാക്കിയത് അത്ഭുതകരമായിരുന്നു. എനിക്ക് രോമാഞ്ചമുണ്ടായി എന്നു പറഞ്ഞു. നായ എന്നുവച്ചാൽ എന്താണെന്നാ താൻ കരുതിയത്? Such a divine animal. മനുഷ്യൻ അവനാണ് വലിയ കേമനെന്ന് കരുതുന്നു. ജേൻ കുടാൽ വന്ന് അടിച്ച് പൊട്ടിക്കുന്നതുവരെ മൃഗങ്ങൾക്ക് ആത്മാവില്ല, ചിന്തയില്ല എന്നൊക്കെയാണ് പടിഞ്ഞാറൻ ശാസ്ത്രജ്ഞർ പറഞ്ഞിരുന്നത്.മനുഷ്യൻ തന്റെ വിഡ്ഢിത്തംകൊണ്ട് ഒരു ദൈവത്തെയും സ്വർഗ്ഗത്തെയും ഉണ്ടാക്കിവച്ചിട്ടുണ്ടല്ലോ. അവിടെ നായയ്ക്കും പൂച്ചയ്ക്കും ഒന്നും സ്ഥാനമില്ല. അവയെ രക്ഷിക്കാൻ ബ്രഹ്മം യുഗേയുഗേ സംഭവിക്കുന്നുമില്ല.നോൺസെൻസ്!' ഡോക്ടർ

മുഖം ചുവന്ന് ശ്വാസം വലിച്ചുവിട്ടു. 'ഒരു പട്ടിയുടെ ശവകുടീരത്തിലെ വാചകം വായിച്ചിട്ടുണ്ടോ? ലോർഡ് ബൈറൻ... ഞാൻ 'ഇല്ല' എന്നു പറഞ്ഞു. ഡോക്ടർ കാട്ടിലേക്കുതന്നെ നോക്കിയിരുന്നു. മുഖത്ത് വെളിച്ചം മിന്നിമിന്നി മാഞ്ഞു. പെട്ടെന്ന് ഉച്ചത്തിൽ അദ്ദേഹം പാടിത്തുടങ്ങി.

When some proud son of man
returns to earth
Unknown to glory but
upheld by birth

ഞാൻ ആ വരികളെ അദ്ദേഹത്തിന്റെ മുഖമായിട്ടാണ് എപ്പോഴും ഓർക്കാറ്.

പക്ഷേ, നായ ജീവിതത്തിൽ
ഏറ്റവും നല്ല കൂട്ടുകാരൻ. എതിരേൽക്കുന്നതിൽ ഒന്നാമൻ
കാവൽ നിൽക്കുന്നതിൽ ശക്തൻ.
അവന്റെ ഹൃദയം ഉടമയുടെ സ്വന്തം.
അയാൾക്കായി ജീവിക്കുന്നു, ശ്വസിച്ച് മരിക്കുന്നു.

ആ വരികളെ ഞാൻ ഡോക്ടർ കെ.യുടെ പ്രഖ്യാപനമായിട്ടാണ് പലപ്പോഴും ഓർക്കാറുള്ളത്. സൗഹൃദം മാത്രം ആത്മാവായി നിറഞ്ഞ കണ്ണുകളോടെ, സൗഹൃദം മാത്രമായ വാലുമായി, സൗഹൃദം തന്നെയായ കാതുകളോടെ, സൗഹൃദത്തിന്റെ കുരയോടെ, സൗഹൃദമായി സ്പർശിക്കുന്ന തണുത്ത മൂക്കോടെ ഒരു നായ വന്ന് എന്റെ മുന്നൽ നിന്നു. 'ഞാൻ നിനക്കു മാത്രം' എന്ന് അത് പറഞ്ഞു. 'നീ എന്നെ വിശ്വസിക്കാം. ആ ബന്ധത്തെയുംകാൾ കൂടുതലായി' എന്ന് ഉണർത്തിച്ചു. എന്തെന്നാൽ ദൈവമെന്ന ഒന്നുണ്ട് എങ്കിൽ അത് തുളുമ്പിവീണ ഒരു തുള്ളിയാണ് ഞാൻ.' അതിന്റെയടുത്ത്, അതിനെ ഒട്ടും ശ്രദ്ധിക്കാതെ, ചക്രവാളത്തിലേക്കു നോക്കി അറിയാത്തഎന്തിനോ ദാഹിച്ച് ഒരു മനുഷ്യൻ നിന്നു. അൽപൻ, വിഡ്ഢി, അതു ഞാനായിരുന്നു. അധികാരം, ഭോഗം, അടയാളം, വിജയം എന്ന് അതിന് പേരിട്ടു. കിട്ടുമ്പോൾ ചെറുതാവുകയും നഷ്ടപ്പെടുമ്പോൾ വളരുകയും ചെയ്യുന്ന ഒന്ന്. ചതുരംഗക്കളികൾ, ഘോഷയാത്രകൾ, രൂപാന്തരപ്രാപ്തികൾ. പുഞ്ചിരികളും ഉപചാരവാക്കുകളും കൈകുലുക്കലുകളും തഴുകലുകളും. 'Man! vain insect!' എന്ന ബൈറന്റെ ഗർജ്ജനത്തെ ഞാൻ ആ കാട്ടിൽ ഡോക്ടർ കെയുടെ ചുവന്നു തുടുത്ത മുഖത്തുനിന്നു കേട്ടു. ഇടി പോലെ ആകാശത്തുനിന്നു മുഴങ്ങി ഒരു ശബ്ദം 'നിന്റെ സ്നേഹം വെറും മോഹം. നിന്റെ സൗഹൃദം വെറും തട്ടിപ്പ്. നിന്റെ പുഞ്ചിരി കൃത്രിമം. നിന്റെ വാക്കുകളോ അർത്ഥശൂന്യം.'

എന്റെ മനസ്സുരുകി. കണ്ണുകൾ നിറഞ്ഞു. ഞാൻ എന്ന വാക്കു തന്നെ എന്നെ നാണിപ്പിച്ചു. എന്റെ ദേഹത്തിനായി ഞാൻ അണിഞ്ഞ വസ്ത്രങ്ങൾക്കായി, എന്റെ ചിന്തകൾക്കായി, ഞാൻ അറപ്പുകൊണ്ട് ചൂളി. അഴുക്കുവസ്ത്രം ഊരിയെറിഞ്ഞിട്ട് വെറും ശരീരത്തോടെ തുറസ്സായ നിലത്ത്, വിരിഞ്ഞ ആകാശത്തിനുതാഴെ കൈവിരിച്ച് ഓടണം. പക്ഷേ, അഴുക്കു നിറഞ്ഞിരിക്കുന്നത് എന്റെ ശരീരത്തിലാണ്. എങ്കിലും പോകണം. മറ്റൊരിടത്തേക്ക്. അവിടെയും വേദനയുണ്ട്. രോഗവും മരണവും ഉണ്ട്. പക്ഷേ, അൽപ്പത്തമില്ല. ഒരു പൊട്ടുപോലും ഇല്ല. 'നിന്നെ നന്നായറിഞ്ഞ ആരും നിന്നിൽനിന്ന് അകലും. അറപ്പുണ്ടുക്കുന്നവനാണ് നീ. ജീവൻ നേടിയ ചേറ്.' ഞാൻ തേങ്ങിക്കരഞ്ഞുകൊണ്ട് ജീപ്പ് നിർത്തി. ഡോക്ടർ കെ. എന്നെ അറിയാത്തതുപോലെ, നിലച്ച് ശില്പമായി മാറിയ ജ്വാലപോലുള്ള മുഖവുമായി ഇരുന്നു.

മനുഷ്യന്റെ അല്പത്വം ഓരോ ദിവസവും കാണണമെങ്കിൽ കാട്ടിൽ കഴിയണം. കാട്ടിൽ വിനോദയാത്രയായി വരുന്നവർ മിക്കവാറും വിദ്യാഭ്യാസമുള്ളവർ. വലിയ പദവികളിലുള്ളവർ. നാട്ടിൽനിന്നുതന്നെ വറുത്തതും പൊരിച്ചതുമായ ഭക്ഷണങ്ങളും മദ്യവുമായിട്ടാണ് എത്താറ്. വരുന്ന വഴി മുഴുവൻ തീറ്റയും കുടിയുമാണ്. നിർത്തി നിർത്തി ഛർദ്ദിച്ചുകൊണ്ട് കുഴഞ്ഞാടി തെറിപറഞ്ഞ് ചിരിച്ചുകൊണ്ടാണ് വരവ്. നിശ്ശബ്ദത നിറഞ്ഞ കാടിന്റെ മടക്കുകളിൽ മുഴുവൻ ഹോണടിച്ച് മാറ്റൊലി നിറയ്ക്കും. അത്യുച്ചത്തിൽ കാറിന്റെ സ്റ്റീരിയോ ശബ്ദിക്കാൻ വിട്ട് ചാടിച്ചാടി നൃത്തം കളിക്കും. തലയ്ക്ക് മുകളിൽ അനുഗ്രഹിക്കാൻ പൊന്തിനിൽക്കുന്ന മലമുടികളെ നോക്കി പുലഭ്യം വിളിച്ചു പറയും. ഓരോ കാട്ടുമൃഗത്തെയും അവർ അപമാനിക്കും. പാതയോരത്ത് കുത്തിയിരിക്കുന്ന കുരങ്ങുകൾക്ക് പഴങ്ങൾക്കുള്ളിൽ ഉപ്പോ മുളകുപൊടിയോ വച്ചുകൊടുക്കും. ദാഹിച്ച് അടുക്കുന്നവയ്ക്ക് മദ്യം ഒഴിച്ചുകൊടുക്കും. മാനുകളെ

നോക്കി കല്ലെടുത്തെറിയും. ആനയെക്കണ്ടാൽ ഹോണടിച്ച്, നില വിളിച്ച് ഓടിക്കും. എനിക്ക് ഒട്ടും മനസ്സിലാവാത്തത് മലയാളിക ളുടെ പ്രവൃത്തിയാണ്. വിദ്യാഭ്യാസവും രാഷ്ട്രീയബോധവും ഉള്ള വർ. പക്ഷേ, കാട്ടിലെത്തിയാൽ തനി ചെറ്റകളാണ്. കേരളസംസ്കാ രത്തിനു തന്നെ കാടിനോട് നിരന്തരമായ ഒരു യുദ്ധമുണ്ട് എന്നു തോന്നും. കാട് എന്ന വാക്കുതന്നെ മലയാളത്തിൽ നമ്മയ്ക്ക് എതി രായ പൊരുളിലാണ് പ്രയോഗിക്കാറ്. കാടുപിടിച്ച് കിടക്കുക, കാടു കയറുക, കാടൻ, കാടത്തം എന്നൊക്കെ മലയാളികൾ പറയുമ്പോ ഴാണ്അവരുടെ പ്രവൃത്തിയെ ഞാൻ മനസ്സിലാക്കിത്തുടങ്ങിയത്. അവർ കാട്ടിലെത്തിയാൽ വിജയം ആഘോഷിക്കുകയാണ്.

ഏറ്റവും നീചമായ പ്രവൃത്തി ഒഴിഞ്ഞ ബീർകുപ്പികളെ കാടി ന്റെയുള്ളിൽ വലിച്ചെറിഞ്ഞ് പൊട്ടിക്കലാണ്. വണ്ടികൾ മുഴുവൻ കാടിന്റെ തുടക്കത്തിൽത്തന്നെ നിർത്തി നന്നായി നോക്കിയിട്ടാണ് അകത്തേക്ക് വിടുക. പക്ഷേ, എത്ര സൂക്ഷിച്ചാലും മദ്യം ഉള്ളിലെ ത്തും. കുടിച്ചുകഴിഞ്ഞ് കുപ്പി വലിച്ചെറിയുന്നവരുടെ മുഖങ്ങളിൽ കാണുന്ന വെറുപ്പും പുച്ഛവും അത്ഭുതമുണ്ടാക്കുന്നവ. അവരെ പിടിച്ച് എടുത്തിട്ട് ചവിട്ടിയിട്ടുണ്ട് ഞാൻ. തണുപ്പത്ത് വസ്ത്രമി ല്ലാതെ ഇരുത്തിയിട്ടുണ്ട്. വന്യമൃഗങ്ങളെപ്പോലെ അവരും നിഷ്ക ളങ്കരാണെന്നു തോന്നും. എത്ര പറഞ്ഞാലും അവർക്ക് മനസ്സിലാ വില്ല. അവരെ രക്ഷിക്കാൻ വരുന്നവർക്കും അതൊരു ചെറിയ വിനോ ദമാണ്.

മറ്റേത് മൃഗത്തേയുംകാൾ ആനയ്ക്ക് വളരെ മാരകമായ ആപ ത്താണ് മദ്യക്കുപ്പികളുടെ ചില്ല്. ആനയുടെ കാലിന്റെ അടിവശം ഒരു മണൽചാക്കുപോലെയാണ്. അതുകൊണ്ടാണ് ആന പാറ യിലും ഒക്കെ പൊത്തിപ്പിടിച്ച് കയറുന്നത്. ചില്ലുകൾ മരങ്ങ ളിൽപെട്ട് പൊട്ടി തൊട്ടടുത്ത് തന്നെ കിടക്കും. ബീർ കുപ്പികളുടെ അടിവശം ഭാരം കൂടിയതായതുകൊണ്ട് പൊട്ടിയഭാഗം മുകളിലേക്കു നിൽക്കുന്ന രീതിയിലാണ് അവ കിടക്കുക. ആന തന്റെ വലിയ ഭാരത്തോടെ കാലെടുത്ത് അതിന്റെ മീതെ വച്ചാൽ ചില്ല് നേരെ കയറി ഉള്ളിലേക്ക് ചെല്ലും. ആനയ്ക്ക് മൂന്നുകാലിൽ നടക്കാനാ വില്ല. രണ്ടുമൂന്നു തവണ ഞൊണ്ടിയതിനുശേഷം അത് കാലൂന്നു മ്പോൾ ചില്ല് നന്നായി ഉള്ളിലേക്ക് കയറും. പിന്നെ അതിന് നട

ക്കാനാവില്ല. ഒരാഴ്ചകൊണ്ട് വ്രണം പഴുത്ത് അകത്തേക്ക് കയറും. പുഴുക്കൾ മാംസം തുളച്ച് അകത്തേക്ക് കയറിക്കൊണ്ടേയിരിക്കും. ആനയുടെ ചോരക്കുഴലുകളിൽപ്പോലും പുഴുക്കൾ കയറിപ്പറ്റും. പിന്നെ ആന ജീവിക്കില്ല. ചീഞ്ഞ് ചലമൊഴുകുന്ന കാലുകളോടെ ആന കാട്ടിൽ അലഞ്ഞുതിരിയും. ഭക്ഷണമില്ലാതെ മെലിഞ്ഞു കോലം കെടും. ഒടുവിൽ ഏതെങ്കിലും മരത്തിൽ ചാഞ്ഞുനിൽക്കും. ഒരുദിവസം ശരാശരി മുപ്പതുലിറ്റർ വെള്ളം കുടിച്ച് ഇരുന്നൂറ് കിലോഭക്ഷണം കഴിച്ച് അൻപതു കിലോമീറ്റർ നടന്നു ജീവിക്കേണ്ട മൃഗമാണ്. അഞ്ചാറുദിവസംകൊണ്ട് വെറും അസ്ഥികൂടമായി മാറും. പുറത്ത് എല്ലുകൾ പൊന്തിവരും. കവിളിൽ എല്ലുകൾ ഉന്തി പുറത്തേക്ക് ചാടും. കണ്ണുകളിൽ അഴുക്ക് നിറയും. ഉണങ്ങിയ തുമ്പിക്കൈയിൽനിന്ന് നാറ്റം വന്നുതുടങ്ങും. കാതുകൾ ആടുന്നത് പതുക്കെയാവും. മസ്തകം താണുതാണ് വരും. തുമ്പിക്കൈ നിലത്ത് ഊന്നി തല ചെരിഞ്ഞ് അസ്തിവാരം പൊളിഞ്ഞ മൺവീടുപോലെ ചെരിഞ്ഞുതുടങ്ങും. മസ്തകം നിലത്തുതൊട്ടാൽ പിന്നെ മെല്ലെ ചെരിഞ്ഞ് മണ്ണിൽ പതയും. വയറ് പാറപോലെ പൊന്തി മുകളിലേക്ക് വരും. നടുവു പൊട്ടിയ പാമ്പുപോലെ വായ് മണ്ണിൽ കിടന്നിഴയും. മലമ്പാമ്പ് പോലെ തുമ്പിക്കൈ പൂഴിയിൽ പുളയും. എന്തോ മണം തേടി ചെറിയ മൂക്ക് അനങ്ങിക്കൊണ്ടിരിക്കും. കണ്ണുകൾ ചുരുങ്ങി വിറച്ചുകൊണ്ടിരിക്കും. മറ്റ് ആനകൾ ചുറ്റുംനിന്ന് ചിന്നംവിളച്ചുകൊണ്ടിരിക്കും. ആന ചാകുന്നത് മറ്റ് ആനകളുടെ നിലവിളിയിലൂടെ നമുക്ക് അറിയാൻ കഴിയും. ആന ചത്തുകഴിഞ്ഞ് ഒരുപാട് സമയം അവ അവിടെനിന്ന് അലമുറയിടും. ചിലപ്പോൾ രണ്ടുമൂന്നുദിവസം തന്നെയാകും. പിന്നീട് അവ ജഡം അവിടെ ഉപേക്ഷിച്ചിട്ട് ഒരുപാട് അകന്നുപോകും. ചെല്ലുന്ന വഴി മുഴുവൻ അവ നിലവിളിക്കും. ഉഗ്രമായ കോപത്തോടെ വഴിയിൽ കാണുന്നവരെ ആക്രമിക്കും. ഞാൻ നാലാനകളുടെ മരണം കണ്ടിട്ടുണ്ട്. മദ്യപരോട് ഞാൻ ഒരു ദയയും കാട്ടാറില്ല. പിടിച്ചുകൊണ്ടുവന്ന ഒരു ചെറുക്കന്റെ രണ്ടുകാലിനും നടുക്ക് അരമണിക്കൂർ നേരം ഞാൻ ചവിട്ടുകയുണ്ടായി. മാരിമുത്തു പിടിച്ചില്ലെങ്കിൽ ഞാൻ അവനെ കൊല്ലുമായിരുന്നു.

ആനത്തോലിന്റെ കട്ടി കാരണം മരിച്ച ആനയുടെ ജഡം ഒന്നു

ചീയാതെ മൃഗങ്ങൾക്ക് അതിനെ തിന്നാൻ പറ്റില്ല. ടോപ്പ്സ്ലിപ്പിൽ കടുവ ഒന്നുരണ്ടെണ്ണമേ ഉള്ളൂ. അവ പൊതുവെ ആനയെ തിന്നാറില്ല. ചീഞ്ഞ ആനയെ ചെന്നായകൾ തേടിവന്ന് കൂട്ടംകൂട്ടമായി ചുറ്റിനിന്ന് കടിച്ചുവലിച്ചു തിന്നും. പിന്നീട് കഴുകന്മാർ പറന്നിറങ്ങും. ശേഷിച്ചത് പുഴുക്കൾ തിന്നും. മനുഷ്യനേക്കാൾ നൂറ്റി എഴുപതിരട്ടി കൂടുതൽ ന്യൂറോണുകൾ ഉള്ള തലച്ചോറ് നിറഞ്ഞ തല ചെന്നായക്കൾ കടിച്ചു പൊട്ടിച്ച് തിന്നും. കാടിന്റെ രാജാവ് വെറും വെളുത്ത എല്ലുകളായി ശേഷിക്കും.

അഞ്ച്

ഒരിക്കൽ മുതുമലയിൽ ഒരു ആനയ്ക്ക് കാലിൽ കുപ്പിച്ചില്ലു കൊണ്ട് പുണ്ണ് ചീഞ്ഞ് അലയുകയാണ് എന്നു വാർത്ത വന്നു. ഡോക്ടറുടെ ഒപ്പം ഞാനും മുതുമലയിലേക്കു പോയി. കാട്ടിൽ ആന നിൽക്കുന്ന സ്ഥലം കുറുമ്പർ മുമ്പുതന്നെ നോക്കിവച്ചിട്ടുണ്ടായിരുന്നു. അവരെ കയറ്റിക്കൊണ്ട് ജീപ്പിൽ കാടിന്റെ ഉള്ളിലേക്ക് പോയി. അത് പഴയ കുതിരപ്പാത തന്നെ. ഒരുപാട് ദൂരം പോയതിനുശേഷം ജീപ്പ് നിർത്തി ഇറങ്ങിനടന്നു. കുറുമ്പർ നിശ്ശബ്ദരായി ഒപ്പം വന്നു. അവർക്ക് ഭയമുണ്ടായിരുന്നു. ആനക്കൂട്ടം വളരെ കോപത്തിലായിരുന്നു. പലതവണ ആനകളെ കൊല്ലാൻ ഓടിച്ചിരുന്നു. വാളുപോലെ മുനകൂർത്ത ഇലകളുള്ള വേയ്മുളകളുടെ കുറ്റിക്കാടുകളിലൂടെ ഡോക്ടർ വിദഗ്ധമായി നടന്നുപോയി. ഒപ്പം പോകാൻ ഞാൻ നന്നേ ബുദ്ധിമുട്ടി. നിലത്തു വേരുകൾ കാലിൽ ഉടക്കി. പൊട്ടിയ മുളകൾ കത്തിപോലെ തുറിച്ചുനിന്നു. ആന തുരത്തിയാൽ ഓടി രക്ഷപ്പെടുന്നതിനെപ്പറ്റി ചിന്തിക്കാൻ പോലും പറ്റില്ല എന്ന് എനിക്കു തോന്നി.

ആനകളുടെ ഗന്ധം വന്നുതുടങ്ങി. എഴുപതിനോട് അടുത്തു എങ്കിലും ഡോക്ടർക്ക് ദേഹം നല്ല വലിച്ചുകെട്ടിയ വില്ലു പോലെയാണ്. 'I am as fit as a thamburu - not fiddle, because I am aiyar, you know' എന്ന് കണ്ണുചിമ്മി ചിരിക്കാറുണ്ട്. കാട് ഡോക്ടർക്ക് മീനിന് കടലുപോലെ. എന്നാലും ആനയെ വിശ്വസിച്ച് അത്രയും ദൂരം പോകുന്നത് ശരിയല്ല എന്നു എനിക്ക് തോന്നിക്കൊണ്ടേയിരുന്നു. ആനകളുടെ ശബ്ദം കേട്ടുതുടങ്ങി. ഞങ്ങൾ വരുന്നത് ഒരുപാട് മുൻപുതന്നെ അവ അറിഞ്ഞിട്ടുണ്ടാവും. ആ സംഘത്തിൽ ചെറിയ കുട്ടികളുണ്ട്. കുട്ടികളെ സംഘത്തിന്റെ നടുക്ക് കൊണ്ടുചെല്ലുകയാണ് അമ്മമാർ. പിന്നെയും നടന്നപ്പോൾ രണ്ടു

വശത്തും മുളങ്കൂട്ടങ്ങൾ കരയായിനിന്നു. തെളിനീരൊഴുകുന്ന ഓടയ്ക്ക് അപ്പുറത്ത് പച്ചനിറത്തിൽ വെയിൽ നിറഞ്ഞുനിന്നിരുന്ന പുൽത്തകിടിയിൽ പത്തോളം ആനകൾ കൂട്ടമായി നിൽക്കുന്നത് കണ്ടു. പിന്നെയും ആനകളുണ്ടാവും എന്നു കരുതി കണ്ണോടിച്ചു നോക്കിയപ്പോൾ അപ്പുറത്ത് മുളങ്കൂട്ടങ്ങളുടെ ഉള്ളിൽ പിന്നെയും എട്ട് ആനകളെ കാണാനായി. ആകെ നാലു കുട്ടികൾ.

ഡോക്ടർ കെ. തന്റെ പെട്ടി തുറന്ന് കൈയുറകൾ ഇട്ടു. സൂചി യിടാനുള്ള സാമഗ്രി കണ്ടാൽ ചെറിയ എയർഗൺ എന്നു തോന്നും. അതിൽ ഗുളികയാണ് ഉണ്ട. ആനയുടെ ഭാരമാണ് അദ്ദേഹം നോക്കി തിട്ടപ്പെടുത്തുന്നത് എന്ന് മനസ്സിലായി. അതിന് തക്കതായിട്ടാണ് മരുന്ന് എടുക്കേണ്ടത്. പക്ഷേ, എനിക്ക് രോഗിയായ ആനയെ തിരി ച്ചറിയാൻ കഴിഞ്ഞില്ല. ഡോക്ടർ എങ്ങനെ മനസ്സിലാക്കി. അദ്ദേഹം ധ്യാനത്തിലെന്നപോൽ ശാന്തമായി പണിയെടുക്കുന്നത് ഞാൻ നോക്കി. 'യോഗമാകാത്ത കർമ്മം നിഷ്ഫലമാണ്. ഗീതയാണ് ഡെയിൽ കർണിഗിക്കും കോപ് മേയർക്കും മുൻപുള്ള സെൽഫ് ഇംപ്രൂവ്മെന്റ് ഗ്രന്ഥം. പക്ഷേ, അത് വായിക്കുന്നത് മുഴുവൻ നാഡി തളർന്ന കിഴവൻമാരാണ്.' എവിടെയും അദ്ദേഹത്തിന്റെ സംഭാ ഷണം ഞാൻ കേട്ടുകൊണ്ടിരിക്കും. 'നിങ്ങൾ ഇവിടെയിരിക്കുക. ഞാൻ ചെന്ന് നോക്കട്ടെ. വിളിച്ചാൽ മാത്രം വന്നാൽ മതി.' ഞാൻ നടക്കുകയായിരുന്നു. പക്ഷേ, ഒന്നും പറയാനാവില്ല എന്ന് ഞാന റിഞ്ഞിരുന്നു. 'ആ വലിയ തേക്കുമരത്തിൽ ചാരി നിൽക്കുന്ന കുറ്റ നാണ് രോഗി. രോഗമില്ലാതെ അങ്ങനെ ചാരിനിൽക്കില്ല. താഴെ വീണാൽ അതിന് പരിക്ക് പറ്റാനിടയുണ്ട്. അതിനെ ഇപ്പുറത്തുള്ള ചെളിയിലേക്ക് വരുത്തണം. മറ്റുള്ള ആനകൾക്ക് ഞാൻ ചെയ്യാൻ പോകുന്നതെന്ത് എന്ന് മനസ്സിലാക്കിക്കൊടുക്കണം. നോക്കട്ടെ.' ഞാൻ 'ഈ പുണ്ണിന്റെ കാരണം മനുഷ്യരാണ് എന്ന് ആനയ്ക്ക് അറിയാമോ?' ഡോക്ടർ നോട്ടം തിരിക്കാതെ 'ആനയല്ലേ മലയാ ളിയാണെന്നുപോലും അറിഞ്ഞിരിക്കാനിടയുണ്ട്. ഒന്ന് ഇടഞ്ഞ് ചോദിച്ചാൽ ഇടതുപക്ഷമോ വലതുപക്ഷമോ എന്നുപോലും പറ യും...' ഡോക്ടർ നടന്നുചെല്ലുന്നത് ഞങ്ങൾ ചങ്കിടിപ്പോടെ നോക്കി നിന്നു.

ഡോക്ടർ കെ. ഓട മറികടന്ന് പുൽത്തകിടിയിൽ ഇറങ്ങി. ആന

കൾ നടന്നു നടന്ന് ഉണ്ടായ കുഴികൾ മുട്ടുവരെ ആഴമുള്ളവ. ശ്രദ്ധിച്ച് നടന്നില്ലെങ്കിൽ വീഴും. വീഴുന്നതുകണ്ടാൽ എന്തോ എടുക്കുകയാണെന്ന് ആന കരുതാനിടയുണ്ട്. ക്ഷിപ്രകോപിയാണ്. ക്ഷിപ്രകാരുണ്യവും ഉണ്ട് എന്നു കേട്ടിട്ടുണ്ട്. മുന്നിൽ നിന്നു വലിയ പിടിയാന ഒന്നമറി. അതുകേട്ട് മാറ്റൊലികൾപോലെ മറ്റുള്ള ആനകളും അമറി. ഒരാന ഡോക്ടറെ നോക്കി കാലെടുത്തുവച്ച് തുമ്പിക്കൈ ആട്ടി. ഡോക്ടർ മടിയില്ലാതെ, എന്നാൽ വേഗം കൂട്ടാതെ ശ്രദ്ധിച്ച് നടന്നടുത്തു. തല കുലുക്കിക്കൊണ്ട് ആ ആന മുമ്പോട്ടു വന്നു. അതിന്റെ വാൽ മുറുകി പുളഞ്ഞു ചെവികൾ മുമ്പോട്ട് കോട്ടിയിരുന്നു. ഡോക്ടർ അനങ്ങാതെ നിന്നു. ആന ഭീഷണി മുഴക്കി ചിന്നം വിളിച്ചു. പിന്നെ നിലച്ച കാതുകളോടെ നോക്കിനിന്നു. ഡോക്ടർ പിന്നെയും മുമ്പോട്ടുപോയി. ആന കൊമ്പും തലയും കുലുക്കി. 'ഞാൻ ആക്രമിക്കും' എന്നാണ് പൊരുൾ. എന്റെ ഹൃദയത്തുടിപ്പ് കാതിൽ കേട്ടു. ആന പിന്നെയും ഭീഷണിപ്പെടുത്തി. പിന്നെ തലപൊക്കി തുമ്പിക്കൈ ചുഴറ്റിക്കൊണ്ട് ഓടി അടുത്തെത്തി. ഓടി ഡോക്ടറുടെ അടുത്തെത്തണം എന്ന ഞാൻ ആഗ്രഹിച്ചു. പക്ഷേ എനിക്കതിന് കഴിയില്ല എന്നും ഞാൻ അറിഞ്ഞിരുന്നു. ജീവനോടുള്ള മോഹം എത്ര ശക്തമാണ് എന്ന് ആ സന്ദർഭത്തെ പിന്നീട് ഓർത്തെടുത്ത് ഞാൻ അത്ഭുതപ്പെട്ടിട്ടുണ്ട്. അതെന്റെ മോഹമല്ല. ജീവൻ സ്വയം മോഹിക്കുന്നതാണ്. എന്റെ കണ്ണിനു മുന്നിൽ ഡോക്ടറെ ചവിട്ടിക്കൊല്ലുകയാണെങ്കിലും ഞാൻ വെറുതെ നോക്കി അലമുറയിടുകയേയുള്ളൂ. പക്ഷേ, വരേണ്ട എന്നു പറഞ്ഞത് ഡോക്ടർതന്നെയല്ലേ? ആ വരയിൽ അള്ളിപ്പിടിച്ച് ഞാൻ കാത്തുനിന്നു. അദ്ദേഹത്തിന്റെ ശവവും കൊണ്ടാണോ ഞാൻ മടങ്ങാൻ പോകുന്നത്?

ഡോക്ടർ കെ അനങ്ങാതെ നിന്നു. ആനയും നിശ്ചലമായി. മറ്റുള്ള ആനകളുടെ ദേഹം കണ്ടു. തന്നെ, അവ ശ്രദ്ധിച്ചുനിൽക്കുകയാണ് എന്ന് മനസ്സിലായി. ഓരോ ആനയും ഓരോ കൃഷ്ണമണി നിലച്ച നോട്ടം. ഡോക്ടർ പിന്നെയും അടുത്തെത്തി. ഡോക്ടറെ നോക്കി ആന തുമ്പിക്കൈ നീട്ടി. അതിന്റെ തുമ്പിൽ മുലകുടിക്കുന്ന കുഞ്ഞിന്റെ വായപോലെ ചുവന്ന ദ്വാരം ചലിച്ചു. ഡോക്ടർ കൈ നീട്ടി എന്തോ പറയുകയാണെന്നു തോന്നി. പതു

ക്കെ. ആ ആനയ്ക്കുപോലും അതു കേൾക്കാമോ എന്നു സംശയം തോന്നി. ആന തുമ്പിക്കൈ നീട്ടി അടുത്തെത്തി. അതിന്റെ തലതാണു. അതു ഭീഷണിതന്നെ. ഡോക്ടർ സംസാരിച്ചുകൊണ്ടേയിരുന്നു. ആന തുമ്പിക്കൈ പിൻവലിച്ചു. ഡോക്ർ പിന്നെയും അടുത്തുചെന്നു. രണ്ടാളും നോക്കിനിന്നു. മറ്റുള്ള ആനകൾ നിഴലുകൾപോലെ ചുറ്റിനിന്നിരുന്നു. ഒരുപാട് സമയം. എന്ത് നടക്കുന്നു എന്നു മനസ്സിലായില്ല. മണിക്കൂറുകൾ കടന്നുവോ?

ആ വലിയ ആന കാല് പുറകിലേക്ക് വച്ച് തലയാട്ടി. വലിയ പിടിയാന ഡോക്ടറെ നോക്കി ഒന്നമറിയതിനുശേഷം വാല് ചുരുട്ടിവെച്ച് തുമ്പിക്കൈ നീട്ടി. എല്ലാ തുമ്പിക്കൈകളും ഡോക്ടർക്കായി നീണ്ടു. ഡോക്ടർ അടുത്തെത്തിയപ്പോൾ പിടിയാനയുടെ തുമ്പിക്കൈ വന്ന് അദ്ദേഹത്തെ തൊട്ടുഴിഞ്ഞു. മറ്റുള്ള ആനകളും അടുത്തെത്തി. ഡോക്ടറെ തൊട്ടുനോക്കി. ഒരാനയുടെ തുമ്പിക്കൈ ഡോക്ടറുടെ തോളിൽ വീണപ്പോൾ ഭാരം താങ്ങാനാവാതെ അദ്ദേഹം സമനില തെറ്റി. കുട്ടിയാനകൾ ഡോക്ടറുടെ അടുത്തെത്തി തൈവാഴയുടെ തളിർക്കൂമ്പ് പോലുള്ള തുമ്പിക്കൈ കൊണ്ട് തൊട്ടുനോക്കി. പുല്ലിന്റെ തുമ്പിലെ ജലകണംപോലെ അവയുടെ ദേഹം തുളുമ്പിക്കൊണ്ടേയിരുന്നു. വിശ്വസിക്കാനാവാതെ ഞാൻ നോക്കിനിന്നു. ആനക്കൂട്ടം ഡോക്ടറെ സ്വീകരിക്കുകയാണ്. ഉപചാരവാക്കുകൾ, തഴുകലുകൾ. പിടിയാന അമറിയപ്പോൾ അവ തിരിഞ്ഞ് മറുവശത്തെ മുളങ്കൂട്ടിലേക്കു കയറി. കുട്ടികൾ മാത്രം ഡോക്ടറുടെ അടുത്തുനിന്ന് ആരായുകയായിരുന്നു. ഒരാൾക്ക് ആ പെട്ടി എന്താണന്നറിയണം. അതിനേക്കാൾ ചെറിയ കുട്ടി ഓടിവന്ന് ഡോക്ടറെ ഒന്നു മുട്ടി. അത് പ്രതീക്ഷിരുന്നതുകൊണ്ട് ഡോക്ടർ വീണില്ല. അതിന്റെ തുമ്പിക്കൈ ഒരു ക്ഷണംപോലും നിൽക്കാതെ പുളയുന്നത് കണ്ടു. കുറേ നോക്കിയപ്പോൾ എനിക്കുതന്നെ മൂക്കിൽ ഒരു അസ്വസ്ഥത തോന്നിത്തുടങ്ങി. അമ്മ അപ്പുറത്തുനിന്നു വിളിച്ചപ്പോൾ കുട്ടികൾ 'പിന്നെ കാണാം' എന്ന മട്ടിൽ തലയാട്ടി തിരിച്ചുപോയി. ചെറിയ കുട്ടി 'പിന്നെ മറ്റൊരു കാര്യം' എന്ന മട്ടിൽ മടങ്ങിവന്നു. പിടിയാന ഉച്ചത്തിൽ ഒന്നു ശാസിച്ചപ്പോൾ മടങ്ങി വാലു ചുരുട്ടി തലയാട്ടിക്കൊണ്ട് ഓടി. ചെരുവിൽ അതിനു കയറാൻ കഴിഞ്ഞില്ല. അമ്മ തുമ്പിക്കൈകൊണ്ട് വലിച്ചു മുകളിലെത്തിച്ചു.

അവിടെ എന്തോ കണ്ട് കുട്ടികൾ അങ്ങോട്ട് ഓടി. തള്ള ഡോക്ടറോട് എന്തോ പറഞ്ഞു.

ഡോക്ടർ ഞങ്ങളെ കൈ ആട്ടി അടുത്തേക്ക് വിളിച്ചു. ഞാനും കുറുമ്പരും ഓടയിലിറങ്ങി അപ്പുറത്ത് കയറി ഡോക്ടറുടെ അടുത്തേക്ക് ചെന്നു. ഞങ്ങളെ കണ്ടപ്പോൾ മരംചാരിനിന്ന ആന ഉറക്കെ ചിന്നംവിളിച്ച് ചെവിയനക്കി. തലതാഴ്ത്തി കൊമ്പുകുലുക്കി മുമ്പോട്ടു വരാൻ ശ്രമിച്ചു. പിടി വേദനയോടെ ചിന്നം മുഴക്കി അവിടത്തന്നെ നിന്നു. ഞങ്ങൾ ഭയന്നുനിന്നപ്പോൾ ഡോക്ടർ മടിക്കണ്ട എന്നു കൈകാട്ടി. ഒട്ടും പ്രതീക്ഷിക്കാതെ ആന ചാഞ്ഞുനിന്ന മരത്തിൽ ശരീരംകൊണ്ട് ഉന്തി എണീറ്റ് ഞങ്ങളെ നോക്കി വന്നു. മരം ഉലഞ്ഞ് ഇലകൾ പൊഴിഞ്ഞു. അതിന്റെ പുറകിലത്തെ കാല് നീരുവച്ച് രണ്ടിരട്ടിയായി മാറിയിരുന്നു. കാല് വലിച്ചിഴച്ചുകൊണ്ട് രണ്ടടി നടന്നതിനുശേഷം അതു നിന്നു. 'വരൂ' എന്ന് ഡോക്ടർ ഞങ്ങളോട് പറഞ്ഞു. അദ്ദേഹം ഉദ്ദേശിക്കുന്നത് എന്ത് എന്ന് എനിക്കു മനസ്സിലായി. ഞാൻ പിന്നെയും മുൻപോട്ടുപോയി. ആന ചിന്നം വിളിച്ചുകൊണ്ട് പിന്നെയും രണ്ടടി നടന്നു. ഞാൻ അടുക്കുംതോറും അത് എന്നെ നോക്കിവന്നു. ചെളിയിൽ അത് വന്നപ്പോൾ ഡോക്ടർ അതിനെ നോക്കി വെടിവച്ചു. ഗുളിക അതിന്റെ തോളിന്റെ പിന്നിൽ താണിറങ്ങി. അത് അനങ്ങാതെ നിന്നു. അതിന്റെ ദേഹം തണുപ്പിൽ എന്നപോലെ നടുങ്ങി. പിന്നെ വേഗം വീശിത്തുടങ്ങുന്ന കാതുകളുടെ ചലനം കുറഞ്ഞുവന്നു. മുൻകാല് പൊക്കി മുമ്പോട്ട് വച്ച് തിരകളിൽ തണിപോലെ മെല്ലെ ഉലഞ്ഞു. രണ്ടുതവണ നിലതെറ്റി വീഴാനൊരുങ്ങി ഉണർന്ന് പിടിച്ചുനിന്നു. പിന്നെ വലതുവശത്തേക്ക് ചെരിഞ്ഞ് വലിയ ഒച്ചയോടെ ചെളിയിൽ വീണു. കരിമ്പാറ വീണപോലെ ചെളി തെറിച്ച് മാറി. പുൽത്തകിടിയിൽ തുമ്പിക്കൈ കിടന്ന് പുളഞ്ഞു. അതിന്റെ ചെറിയ മൂക്കുതുള മണം പിടിച്ച് അനങ്ങി. ചെറിയ ചുവന്ന വായ എന്തോ പറയുന്നതുപോലെ തുമ്പിക്കൈയുടെ അനക്കം നിന്നപ്പോൾ വാഴപ്പൂവ് പോലുള്ള വായതുറന്ന് ഉള്ളിലെ ചുവന്ന മാംസം പുറത്ത് കണ്ടു. ആന നിശ്ചലമായപ്പോൾ ഡോക്ടർ അടുത്തേക്ക് ചെന്നു. ഒന്നു മടിച്ചതിനുശേഷം ഞങ്ങളും അടുത്തെത്തി.

ഡോക്ടർ കെ. കാലു മടക്കി ചെളിയിൽ കുത്തിയിരുന്ന് വേഗം

പണിയെടുത്ത് തുടങ്ങി. ഒറ്റവാക്കിൽ അദ്ദേഹം ചോദിച്ചത് ഞാൻ എടുത്തുകൊടുത്തു. അകലെ മുളങ്കാട്ടിൽ ആനകൾ ഞങ്ങളെ നോക്കിക്കൊണ്ട് നിൽക്കുന്നത് ഞങ്ങൾ കണ്ടു. നോക്കാത്തപ്പോഴും അവയുടെ നോട്ടം എന്റെ ചുമലിൽ ഞാനറിഞ്ഞു. തണുത്ത മഞ്ഞു കാറ്റിന്റെ സ്പർശംപോലെ. ഞങ്ങൾ ഏതോ തെറ്റാണ് ചെയ്യുന്നത് എന്ന് അവയിൽ ഒന്നിന് തോന്നുകയാണെങ്കിൽ എന്തു ചെയ്യും? ആനയുടെ കാലിൽ മുക്കാൽ ഭാഗമുള്ള ബീർക്കുപ്പി മുഴുവനായി അകത്തു കയറിയിരുന്നു. അതിന്റെ ചുറ്റും വ്രണം ചീഞ്ഞ് ചെറു തേനീച്ചയുടെ തട്ടുപോലെ പുഴുക്കൂട് ഉണ്ടായിരുന്നു. വാളുപോലുള്ള കത്തിക്കൊണ്ട് ഡോക്ടർ കെ ആ കൂട് വെട്ടിമാറ്റിയപ്പോൾ മോരുകലം പൊട്ടിയതുപോലെ വെളുത്ത ചലം പുറത്തേക്കു ചീറ്റിയടിച്ചു. തേൻതട്ട് പോലത്തെ ചെറിയ അറകളിൽ വെളുത്ത പുഴുക്കൾ ഇരുന്ന് ഞെളിഞ്ഞ് പുളഞ്ഞു. ഡോക്ടർ ആ ചീഞ്ഞ മാംസം മുഴുവൻ കോടാലികൊണ്ട് വെട്ടിമാറ്റി. എന്നോട് കാല് പിടിക്കാൻ പറഞ്ഞു. എന്റെ കൈ മുഴുവൻ ചലം ഒഴുകി. പുഴുക്കൾ ഊർന്ന് എന്റെ തോളുവരെ എത്തി. ഞാൻ അവയെ കുടഞ്ഞ് തെറിപ്പിച്ചു. മുഴുവൻ മാംസവും വെട്ടിനീക്കിയതിനുശേഷം കുത്തിക്കയറിയിരുന്ന ബീർകുപ്പിയെ വലിച്ചൂരി എടുത്തു. എന്റെ കൈയുടെയത്ര വലിയ കുപ്പിയായിരുന്നു. ചോര ചൂടുവെള്ളം പോലെ എന്റെ കൈയിലൂടെ ഒഴുകി. ചീഞ്ഞ മണമുള്ള ചോരയിൽ വെളുത്ത ചലം ധാരാളം കലർന്നിരുന്നു.

'ഒരാഴ്ചയേ ആയിട്ടുള്ളൂ. അതുകൊണ്ട് രക്ഷപ്പെട്ടു' എന്ന് ഡോക്ടർ പറഞ്ഞു. ചലത്തിന്റെ നാറ്റം കുറഞ്ഞ് ചോരയുടെ മണം വന്നുതുടങ്ങി. ചുവന്ന ചോര എത്ര വിശുദ്ധമാണ് എന്ന് ഞാൻ അന്ന് അറിഞ്ഞു. വെട്ടിയെടുത്ത വ്രണം വലിയൊരു വായപോലെ, ചുവന്ന ചേറിന്റെ ചുഴിപോലെ തുറന്നിരുന്നു. തലയിണയുടെയത്ര വലുപ്പത്തിൽ പഞ്ഞി ചുരുട്ടി എടുത്ത് പുണ്ണിൽ തിരുകിക്കയറ്റി അതിൽ ചെറിയ കുടത്തിന്റെ വലിപ്പമുള്ള കുപ്പിയിൽനിന് ഗന്ധകഗന്ധം ഉള്ള നീല നിറമരുന്ന് ഒഴിച്ചു. വലിയ ബാൻഡേജു തുണികൊണ്ട് ചുറ്റിക്കെട്ടാൻ ഞാനും സഹായിച്ചു. അതിന്റെ മീതെ പശയുള്ള ബാൻഡേജുകൊണ്ട് കെട്ടി കാലുകൊണ്ട് ചവിട്ടി നന്നായി ഒട്ടി ഉറപ്പിച്ചു. കൂടാരത്തുണികൊണ്ട് ഉണ്ടാക്കിയതുപോലെ

തോന്നിയ അതിന്റെ കാലിൽ പല സ്ഥലത്തും സ്റ്റീൽ ക്ലിപ്പുകൾ കുത്തിത്തിരുകി കെട്ട് നന്നായി ഉറപ്പിച്ചു. താഴെനിന്ന് ചേറ് വാരിയെടുത്ത് നിറയെ പുരട്ടി തുണി കാണാത്തവിധം മൂടി. ആനയുടെ കാതിൽ അതിനെ വീണ്ടും കണ്ടുപിടിക്കാൻ വേണ്ട സിഗ്നൽ ഉള്ള കമ്മൽ കുത്തി അണിയിച്ചു. ഞങ്ങളുടെ കൈയും കാലും വസ്ത്രങ്ങളും മുഴുവൻ ചോരയും ചലവും പുരണ്ടിരുന്നു. എന്റെ മുഖത്തുതന്നെ ചോര തെറിച്ച് ഉണങ്ങിയിരുന്നു. ഡോക്ടർ കൈ പൊക്കിനോക്കി. വളരെ ചെറിയ വെളുത്ത പുഴു അദ്ദേഹത്തിന്റെ കൈയിൽ ഇഴയുകയായിരുന്നു. അത് ചൂണ്ടുവിരൽകൊണ്ട് തൊട്ടെടുത്ത് മുഖത്തിനു മുന്നിൽ തൂക്കിപ്പിടിച്ച് ചിരിച്ചുകൊണ്ട് അദ്ദേഹം ചോദിച്ചു. 'മക്കൾക്ക് തിന്നാൻ ആനതന്നെ വേണം. അല്ലേ?' എന്നെ നോക്കി കണ്ണിറുക്കിയപ്പോൾ ഞാനും ചിരിച്ചുപോയി.

സാധനങ്ങളൊക്കെ പെറുക്കി എടുത്ത് ഓടയിലേക്ക് മടങ്ങി കൈയും കാലും വസ്ത്രങ്ങളും കഴുകി. അപ്പോഴാണ് ദേഹം മുഴുവൻ അത്രയേറെ പുഴുക്കൾ ഒട്ടിയിരുന്നു എന്ന് ഞാൻ അറിയുന്നത്. ഓടയിലെ വെള്ളം ചോര കലർന്ന് ചുവന്നൊഴുകി. 'ചോരപ്പുഴ' എന്ന് ഡോക്ടർ പറഞ്ഞു. അദ്ദേഹം വളരെ ഉല്ലാസവാനായിക്കഴിഞ്ഞിരുന്നു. 'He will survive, Yes' എന്ന് തിരിഞ്ഞുനോക്കി പറഞ്ഞു. പിടിയാന ചിന്നം വിളിച്ചുകൊണ്ട് വന്ന് കിടന്ന ആനയുടെ അടുത്തുനിന്നു. മറ്റുള്ള ആനകളും വന്ന് ചുറ്റിലും കൂടി. കുട്ടികൾ അമ്മമാരുടെ കാലുകൾക്ക് താഴെ മടിച്ചുനിന്നു. ആന മുത്തശ്ശി രോഗിയുടെ കാലിലെ ബാൻഡേജ് തൊട്ട് തലോടി പരിശോധിച്ചു. അത് ഒന്ന് ചിന്നം വിളിച്ചപ്പോഴും മറ്റ് ആനകൾ മറുപടി പറഞ്ഞുവോ. ചില ആനകൾ അവിടെങ്ങും പരന്ന് കിടന്ന ചോരയെ മണം പിടിച്ച് തുമ്പിക്കൈ പൊക്കി നിശ്വാസമിട്ടു. ഒരാന അവിടെ കിടന്ന എന്തിനെയോ വളരെ സൂക്ഷ്മതയോടെ എടുത്തു നോക്കി. അതൊരു മരുന്നുകുപ്പിയുടെ അടപ്പായിരുന്നു. രണ്ടുതവണ അതെടുത്ത് തലയിൽ വച്ചിട്ട് അതിനെ നിലത്തിട്ട് ചവിട്ടി. ഒരാന മുമ്പോട്ടുവന്ന് കാതുകൾ മുമ്പോട്ടാക്കി ഞങ്ങളെ നോക്കി. തുമ്പിക്കൈ നീട്ടി മണം എടുത്തു.

'ബാൻഡേജിനെ ഒന്നും ചെയ്യില്ല അല്ലേ?' എന്നു ഞാൻ ചോദിച്ചു. 'അതിന്നറിയാം' എന്ന് ഡോക്ടർ പറഞ്ഞു. 'ആനയ്ക്ക് പൊതുവെ വെളുത്തനിറം ഇഷ്ടമല്ല' ചേറ് പുരട്ടിയിട്ടുള്ളതുകൊണ്ട്

ഭയമില്ല.ഞാൻ നോക്കിയപ്പോൾ ഒരു കുട്ടി അതിശ്രദ്ധയോടെ താഴെ കിടന്ന ആനയുടെ വാലെടുത്ത് പരിശോധിക്കുകയായിരുന്നു. 'ഭേദമാകുമോ?' ഡോക്ടർ തിരിഞ്ഞു നോക്കിയിട്ട് 'പതിനഞ്ച് ദിവസം കൊണ്ട് നടന്നു തുടങ്ങും. ആനയുടെ റെസിസ്റ്റൻസ് അത്യുഗ്രനാണ്. സാധാരണ മരുന്നുപോലും നന്നായി പ്രവർത്തിക്കും.' മുതുമലയിൽ നിന്ന് ടോപ് സ്ലിപ്പിലേക്ക് ജീപ്പിൽ മടങ്ങുമ്പോൾ ഡോക്ടർ പറഞ്ഞു. 'എന്തൊരു ഡിവൈൻ ബീയിങ്ങ്. എന്നെങ്കിലും തമിഴ്നാട്ടിൽ ആന ഇല്ലാതായാൽ മുഴുവൻ സംഘകവിതകളെയും എടുത്തിട്ട് കത്തിക്കേണ്ടിവരും.'

ആറ്

ഡോക്ടർ കെ. അദ്ദേഹത്തിന്റെ വീട്ടിൽത്തന്നെ ഉണ്ടായിരുന്നു. മുറ്റത്ത് സെൽവാ എന്ന വലിയ കുംക്കി നിൽക്കുകയായിരുന്നു. അതിന്റെ നാലു കാലുകൾക്ക് താഴെ പാപ്പാൻ മരുതൻ കിടന്നുറങ്ങി. തോണിപോലുള്ള വലിയ കൊമ്പുകൾകൊണ്ട് തൊട്ടുമുന്നിലെ മരത്തിന്റെ പട്ട ഉരിച്ചുകൊണ്ടിരുന്ന സെൽവ എന്നെ നോക്കി. കാത് നിർത്തി 'ബം' എന്ന് നമസ്ക്കാരം പറഞ്ഞിട്ട് പണി തുടർന്നു. അകലെനിന്ന് നോക്കിയാൽ ഒരു കൊന്ന പൂത്തുനിന്ന് കാറ്റിലാടുന്നു ന്നേ തോന്നുകയുള്ളൂ. ഡോക്ടർ ആ സമയത്ത് വീട്ടിലുണ്ടാകുമെന്ന് ഞാൻ കരുതിയിരുന്നില്ല. ചെരിപ്പിന്റെ ശബ്ദംകേട്ട് എത്തിനോക്കി. 'വരിക...' എന്ന് ഡോക്ടർ പറഞ്ഞു. 'എന്താ ഈ സമയത്ത്?' എന്ന് ചോദിച്ചപ്പോൾ ഞാൻ 'അതാണ് ഞാനും ആലോചിക്കുന്നത്. ഈ സമയത്ത് പൊതുവെ വീട്ടിലായിരിക്കില്ലല്ലോ' എന്നു ചോദിച്ചു. 'ഞാൻ കാലത്താ വന്നത്. ഒരു സർജറിയുണ്ടായിരുന്നു. രാമ എന്നാ പേര്. മലയാളിയാ. തൊടയില് വലിയൊരു പരു. വയസ്സനാ. ഞങ്ങൾ തമ്മിൽ മുപ്പത് കൊല്ലത്തെ പരിചയം ഉണ്ട്. പക്വതയുള്ളവൻ. നല്ല ഹാസ്യബോധം ഉണ്ട്. ഇനിയും ഒരു പത്ത് കൊല്ലം പിടിച്ചുനിൽക്കാനിയുണ്ട്.

ഞാൻ ഇരുന്നു. 'ചായ?' എന്ന് ഡോക്ടർ ചോദിച്ചു. ഞാൻ 'ഞാനിട്ടോളാം' എന്നു പറഞ്ഞു. 'നിനക്ക് മാത്രം ഇട്ടാൽ മതി. ഞാൻ രണ്ടു ചായ കഴിച്ചതാ.' ചായ ഇടുമ്പോഴാണ് എന്റെ കൈ വിറച്ചുകൊണ്ടിരിക്കുന്നത് ഞാൻ ശ്രദ്ധിച്ചത്. ചായക്കോപ്പ താഴെയിടും എന്നു തോന്നി. ഡോക്ടർ അതു ശ്രദ്ധിച്ചു. 'എന്താ പുതിയതായ വല്ല പ്രേമമോ മറ്റോ ആണോ? ഞാൻ ചിരിച്ച് 'ഇല്ല സർ. ഈ കാട്ടിലെന്താണ് പ്രേമം?' എന്നു പറഞ്ഞു. ഡോക്ടർ എഴുന്നേറ്റ് കൈപൊക്കി നടുവ് നിവർത്തി. 'നല്ല ക്ഷീണമുണ്ട്. ഉറങ്ങണം.

പക്ഷേ, വായിച്ചിരുന്നുപോയി. സംഘം കവിത. പൊതുവെ സംഘം കവിതകൾ പ്രീ ക്ലാസിക്കലാണ്. കമ്പനെയോ കാളിദാസനെയോ പോലെ എടുത്തുചാട്ടം ഉണ്ടാവില്ല. പ്രകൃതിവർണ്ണനകൾ ശരിക്കും പ്രകൃതിയെ കണ്ട് എഴുതിയവയായിരിക്കും. പക്ഷേ കപിലർ ഒന്ന് കടന്നുപറയും. കേട്ടിട്ടുണ്ടോ? ചിറു തിനൈ കാക്കും ചേണോൻ ഞെകിഴിയിൽ പെയർന്ത നെടുനൽയാനൈ മീൻപടു ഒളി വെരുവും...

'എന്താ അതിന്റെ പൊരുൾ?' എന്നു ഞാൻ ചോദിച്ചു. 'തിനവയ്പിന് കാവലിരിക്കുന്ന കുറവന്റെ തീപ്പന്തത്തിൽനിന്ന് വീണ തീപ്പൊരി കണ്ട് പേടിച്ചോടിയ കാട്ടാന നക്ഷത്രങ്ങളെ കണ്ട് പേടിക്കുന്നുവത്രേ. അത് സ്പിരിചലായ ആനയാ. പുള്ളിക്കാരൻ ഒരു മതം സ്ഥാപിച്ചിരിക്കാൻ സാധ്യത ഉണ്ട്.' ഞാൻ ചിരിച്ചുപോയി. 'അവയ്ക്ക് മാത്രമല്ല എല്ലാ മൃഗങ്ങൾക്കും ഇത്തരം കാര്യങ്ങൾ നന്നായിട്ടറിയാം. ഏതെങ്കിലും മൃഗം ജീപ്പിനെ മറ്റൊരു മൃഗമായി കരുതുന്നത് താൻ കണ്ടിട്ടുണ്ടോ? ആനയ്ക്ക് ജീപ്പിന്റെ ചക്രവും സ്റ്റീയറിങ്ങുമാണ് പ്രധാന ഭാഗങ്ങൾ എന്നുവരെ അറിയാം. പണ്ട് ഇവിടെ ഒരു കാട്ടാന വരും. നിർത്തിയിട്ടിരിക്കുന്ന വാഹനങ്ങളുടെ ഹോൺ അടിക്കുകയാണ് അവന്റെ രസം. ഡോക്ടർ പറഞ്ഞു. താൻ ശ്രദ്ധിച്ചിട്ടുണ്ടോ? ഒരു കളിത്തോക്ക് രണ്ടാംതവണ കൊണ്ടുപോയാൽ കുരങ്ങ് അത് മനസ്സിലാക്കും. ടേപ്പ് റിക്കോർഡറിൽ ആനയുടെ ശബ്ദം റെക്കോഡ് ചെയ്ത് കേൾപ്പിച്ചാൽ അതു ശരിക്കുള്ള ആനയല്ല എന്ന് അത് ഉടൻതന്നെ മനസ്സിലാക്കും. നീ എന്താണ് ചെയ്യുന്നത്? You are not listening.'

ഞാൻ ചമ്മലോടെ 'ഒന്നുമില്ല ഡോക്ടർ' എന്നു പറഞ്ഞു. 'No, You are not normal. Come on. എന്താ പ്രശ്നം?' ഞാൻ നോട്ടം മാറ്റി. 'ഒന്നുമില്ല ഡോക്ടർ' എന്നു പറഞ്ഞു. Come on man. You are not ok. I am not going to leave you.' എനിക്ക് ഒന്നും ഒളിക്കാൻ കഴിഞ്ഞില്ല. ഞാൻ എല്ലാം പറഞ്ഞു. അദ്ദേഹത്തിന് ഒരു പത്മശ്രീ അവാർഡ്. ഞാനാണ് അതിന് മുൻകൈ എടുത്തത്. ആദ്യം ചെറിയൊരു ആലോചന മാത്രമായിരുന്നു. സാധ്യത ഉണ്ട് എന്ന് കണ്ടപ്പോൾ എനിക്ക് ആവേശം കയറി. രണ്ടുതവണ വെറുതെ പേരും വിവരങ്ങളും മിനിസ്ട്രിക്ക് അയച്ചുകൊടുത്തപ്പോൾ ഒന്നും

നടന്നില്ല. പിന്നെയാണ് അതിന് ലോബിയിങ്ങ് വേണമെന്ന് മനസ്സിലാക്കിയത്. എന്റെ സുഹൃത്തുക്കളെ മുഴുവൻ സമീപിച്ചു. രണ്ടുതവണ നേരിൽ ഡൽഹിയിലേക്ക് പോയി. അകത്തേക്ക് കയറുന്തോറും പല വഴികൾ കണ്ടുതുടങ്ങി. ഓരോ വാതിലും ഞാൻ മുട്ടി. അധികാരത്തിന്റെ ചുറ്റുവഴികൾ എനിക്കറിയാമായിരുന്നു. അറ്റംവരെ കൊണ്ടുചേർത്തു. പക്ഷേ, അതിന് ഡോക്ടർ കെ.യുടെ വ്യക്തിത്വം വല്ലാതെ സഹായിച്ചു. ചെറിയ താല്പര്യത്തോടെ ശ്രദ്ധിക്കുന്ന പലരും ക്രമേണ മനസ്സ് തരികയാണുണ്ടായത്. കണ്ണുകളിൽ മനഃസാക്ഷിയുടെ ചെറിയ തിളക്കം കണ്ടാൽ മതി ഞാൻ അകത്തേക്ക് അരിച്ച് കടക്കും. പലപ്പോഴും നാമറിയാത്ത കുറ്റബോധങ്ങളും നമുക്ക് ഊഹിക്കാനാവാത്ത ഗൃഹാതുരത്വങ്ങളുമാണ് മനുഷ്യരെ നല്ലവരാക്കുന്നത്. ഞാൻ അതിൽച്ചെന്ന് തൊടും. പറഞ്ഞുപറഞ്ഞ് എന്റെ വാക്കുകൾക്ക് കൃത്യത കൈവന്നു. ഡോക്ടറുടെ വലിയൊരു വ്യക്തിചിത്രം ഞാൻ ഉണ്ടാക്കി നിർത്തും. കേൾക്കുന്നയാളിന്റെ ഉള്ളിലെ ചെറിയ കുട്ടിയെ ഉണർത്തും. മൃഗങ്ങളെ സ്നേഹിക്കുന്നത് ആ കുട്ടിയാണ്. ആനയോട് കളിക്കുന്നത് അതിനിഷ്ടമാണ്. നമ്മുടെ ഉള്ളിൽ ഇരുന്ന ആനയെ സ്വപ്നം കാണുന്നത് എപ്പോഴും ആ പൈതലാണ്. അൽപത്വവും അധികാരഭ്രാന്തും നിറഞ്ഞ മനസ്സുകളുടെ അടിയിൽ ആത്മാവ് എന്ന് ഒന്ന് ഉണ്ട് എന്ന് അവർക്ക് തോന്നിപ്പിക്കും. ഇതിൽ സഹകരിക്കുന്നതിലൂടെ അയാൾക്ക് സ്വയം വീണ്ടെടുക്കാനാവും എന്ന് ഉണർത്തിക്കും. നല്ല കാര്യങ്ങൾ ചെയ്യാനുള്ള കഴിവ് ഇപ്പോഴും നഷ്ടപ്പെട്ടിട്ടില്ല. എന്നെങ്കിലും തിരിഞ്ഞുനോക്കുമ്പോൾ ഇതിനെ ഓർത്ത് അഭിമാനിക്കാനാവും. പലരുടേയും ഉള്ളലിയുന്നതു ഞാൻ കണ്ടു. എവിടെയൊക്കെയോ ആരൊക്കെയോ ഡോക്ടറെപ്പറ്റി അന്വേഷിച്ചു. കണ്ണുനീർ കിനിഞ്ഞ മുഖത്തോടെ എന്തോ സംസാരിച്ചു. അദ്ദേഹത്തിന്റെ കാലു തൊട്ടുവണങ്ങുന്നു എന്ന് എന്നോട് പറഞ്ഞ മനുഷ്യരിലെ നന്മയെ തേടിയുള്ള ഒരു യാത്രയായിരുന്നു അത്.

ഇനി ഏതാനും മണിക്കൂറുകൾ മാത്രം. 'അപ്പോൾ ഞാൻ സാറിന്റെ ഒപ്പം ഉണ്ടാവണം സർ...' ഞാൻ പറഞ്ഞു. ഞാൻ വിചാരിച്ചിരുന്നതുപോലെ അദ്ദേഹം ചിരിച്ച് കളിയാക്കിയില്ല. കാര്യമാക്കാതെ പണികളിലേക്കു പോയതുമില്ല. എന്നെത്തന്നെ സൂക്ഷിച്ചു

നോക്കി കുറേ സമയം ഇരുന്നു. പിന്നെ നെടുവീർപ്പിട്ടുകൊണ്ട് ഒരു പുസ്തകം എടുത്ത് മറിച്ചുതുടങ്ങി. 'എന്താണ് സർ?' എന്നു ഞാൻ ചോദിച്ചു. 'എന്തോന്ന്?' ആ കണ്ണുകളിലുണ്ടായിരുന്ന കടുപ്പം എന്നെ തെല്ലു തളർത്തി. ഡോക്ടർ ഒന്നും പറഞ്ഞില്ല.' അദ്ദേഹം 'ഇല്ല' എന്ന് പറഞ്ഞ് വായന തുടർന്നു. 'പറയൂ സർ. പ്ലീസ്' 'ഒന്നുമില്ല' എന്ന് ഡോക്ടർ പറഞ്ഞു. 'ഈ പവർഗെയിംസിൽ തനിക്കിത്ര താല്പര്യം ഉണ്ട് എന്നു ഞാൻ കരുതിയിരുന്നില്ല. തന്നെപ്പറ്റി ഞാൻ വിചാരിച്ചിരുന്നത് മറ്റൊന്നാണ്.' ഞാൻ 'ഡോക്ടർ' എന്നു തുടങ്ങിയപ്പോൾ 'ഞാൻ തർക്കിക്കുന്നില്ല. എനിക്കത് ശീലമില്ല. ലീവിറ്റ്' എന്ന് അദ്ദേഹം പറഞ്ഞു. ഞാൻ അത്തരത്തിലൊരു മുഖഭാവം അതിനു മുമ്പ് കണ്ടിരുന്നില്ല. 'എനിക്ക് എന്തെങ്കിലും ചെയ്യണമെന്ന് തോന്നി സർ. ഇതിന് എനിക്ക് കഴിയും. എനിക്കിത്രയേ പറയാനാകുകയുള്ളൂ.' ഞാൻ പറഞ്ഞു. ഡോക്ടർ ഒന്ന് ചിന്തിച്ചിരുന്നിട്ട് 'സീ, ഈ കാട്ടിൽ ഇതിനിടയ്ക്ക് ഞാൻ നാല്പത്തഞ്ച് ഓഫീസർമാരെ ഇതുവരെ കണ്ടിട്ടുണ്ട്. കുറേ ദിവസത്തിനുശേഷം ഒരാളും ഇവിടെ ഉണ്ടാകാറില്ല. അവരുടെ ജീവിതം കിടക്കുന്നത് നാട്ടിലാണ്. കാട്ടിൽനിന്ന് ശാരീരികമായി പോയതും മാനസികമായും അവർ പോയിക്കഴിയും. പിന്നെ അവർക്ക് കാട് എന്നത് വെറും ഡേറ്റയാണ്. കാടിന്റെ ഒരു പ്രശ്നവും അവർക്ക് പറഞ്ഞാൽ മനസ്സിലാവില്ല.' ഡോക്ടർ തുടർന്നു പറഞ്ഞു. 'എന്തുകൊണ്ടാണ് എന്ന് ഞാൻ ഒരുപാട് ചിന്തിച്ചുനോക്കിയിട്ടുണ്ട്. ഒരു കാരണമേയുള്ളൂ. അധികാരം. ഈ കാട്ടിൽ അതില്ല. ഇവിടെയുള്ള ഒന്നുരണ്ടു പണിക്കാരെ വിരട്ടാം. പക്ഷേ, അവർ വെറും കാടന്മാർ. വൈകുന്നേരം വെള്ളമടിച്ച് കേറ്റിക്കൊണ്ട് അടിപിടിക്ക് വരാനും സാധ്യതയുണ്ട്. കാട്ടുമൃഗങ്ങൾക്ക് മനുഷ്യന്റെ അധികാരം മനസ്സിലാവുകയില്ല. അധികാരമാണ് മനുഷ്യന്റെ ജീവിതത്തെ തിരക്കുള്ളതാക്കുന്നത്. രണ്ടുതരത്തിൽ അതിനെ കാണാം. താഴെയുള്ളവരെ മേയ്ക്കുക, ശാസിക്കുക. മറ്റൊന്ന് മുകളിലുള്ളവരെ കണ്ട് മോഹിക്കുക. അവരെ തൊഴുത് വണങ്ങി അവരെപ്പോലെ ആകാൻ ശ്രമിക്കുക. രണ്ടും നല്ല ത്രില്ലുള്ള കളികളാണ്. കാട്ടിൽ രണ്ടിനും വഴിയില്ല. കാട് നിങ്ങളുടെ അധികാരപരിധിക്കുള്ളിലാണ് എന്നു പറയുന്നത് മുഴുവൻ കുറേ വിഡ്ഢിത്തം എഴുതിപ്പിടിപ്പിച്ച കടലാസുകളിലാണ്. ആദ്യം

ഇവിടെ വരുമ്പോൾ ഓഫീസർമാർ കാടു ഭരിക്കാനുദ്ദേശിച്ചാണ് എത്തുന്നത്. പിന്നെ കാടിന്റെ വലുപ്പം മനസ്സിലാക്കുന്നു. കാടിനെ ഭയന്ന് തുടങ്ങുന്നു. കാടിന്റെ ഭരണത്തിലാണ് താൻ എന്ന് അറിയുമ്പോൾ ചെറിയ കീടമായി സ്വയം തിരിച്ചറിയുന്നു. പിന്നെ ഇവിടെ ഇരിക്കാനാവില്ല. അതാ പുറത്ത് നിൽക്കുന്ന സെൽവൻ. അവൻ ആരുടെ ഭരണത്തിലാണ്? ആ കറുത്ത കുന്നിനെ ഭരിക്കുന്ന മല ദൈവങ്ങളെ നമുക്കറിയില്ല. അവൻ സ്നേഹത്തിനു വഴങ്ങി നമ്മുടെ മുന്നിൽ ചെറിയ കുട്ടിയായി വന്നു നിൽക്കുന്നു. പരംപൊരുൾ ഭക്തർക്ക് മുന്നിൽ ഗുരുവായൂരിൽ വസ്ത്രമില്ലാത്ത ഇള്ളാക്കുട്ടിയായി വന്നിരുന്ന് മണ്ണുവാരി കളിക്കുന്നതുപോലെ. എടോ, ഈ കാടിന്റെ രാജാവാണവൻ. അവന്റെ മുഖത്തുള്ള ആ ആറടി നീളമുള്ള കൊമ്പുകളാണ് അവന്റെ ചെങ്കോൽ. അവൻ എല്ലാവർക്കും ഇണങ്ങി നിൽക്കുന്നുവെങ്കിൽ രാജാവിന് പ്രജകളോടുള്ള കാരുണ്യം കൊണ്ടുമാത്രമാണ്. തനിക്കറിയാമോ പണ്ടുകാലത്ത് തിരുവിതാംകൂറിലെ രാജാക്കന്മാർ ആനയോട് മാപ്പുചോദിച്ചുകൊണ്ടാണ് സിംഹാസനത്തിൽ കയറുന്നത്. ആനയുടെ മണ്ണ് കടംവാങ്ങിയാണ് അവർ ഭിക്കുന്നത്. ആനയ്ക്കും മഹാരാജാവിനും മാത്രം ഓരോ പ്രവൃത്തിക്കും വേറെ വാക്കുകൾ. അവർ ജനിക്കുകയല്ല ഭൂജാതരാവുകയാണ്. മണ്ണിലെത്തുകയാണ്. മരിക്കുകയല്ല. തീപ്പെടുകയാണ്, ചെരിയുകയാണ്. പണ്ട് ഓരോ ആനയ്ക്കും വിശദമായ ചടങ്ങുകളോടെയാണ് അന്ത്യകർമ്മങ്ങൾ നടത്തുക. ആനയുടെ മകനായി ചുമതലയേറ്റ് ഒരാൾ ചിത കത്തിക്കും. അപ്പോൾ മഹാരാജാവിന്റെ ചുമതലയേറ്റ ഒരാൾ വാളും പിടിച്ച് കാവൽ നിൽക്കും. ഇത് ആനയുടെ കാട്. നീയും ഞാനും എളിയ പ്രജകൾ.'

'ഇവിടെ നിങ്ങൾക്ക് കയറാൻ പടവുകൾ ഇല്ല. നിങ്ങൾക്ക് നടക്കാനറിയില്ല. കയറാനേ അറിയാവൂ. ഇവിടെയിരുന്നാൽ ഒപ്പമുള്ളവർ മുഴുവൻ മുമ്പോട്ട് പോയിക്കഴിഞ്ഞു എന്ന തോന്നലാണ്.' ഡോക്ടർ കെ. തുടർന്നു. അതാണ് നിങ്ങൾ രക്ഷപ്പെട്ട് ഓടുന്നത്. നീ വേറെയാണ് എന്ന് ഞാൻ കരുതി. നിന്റെ കണ്ണും അങ്ങോട്ടാണ്. എടോ രണ്ട് യാത്രയേയുള്ളൂ. ഒന്ന് കാട്ടിൽനിന്ന് പുറത്തേക്ക്, മറ്റൊന്ന് കാടിന്റെ ഉള്ളിലേക്ക്. നീ അങ്ങോട്ട് തിരിഞ്ഞിരിക്കുന്നു. My foot! അദ്ദേഹം ചുവന്ന മുഖത്തോടെ എഴുന്നേറ്റു. 'എന്താ അത്

ബ്രഹ്മശ്രീയോ?' ഞാൻ താഴ്ന്ന സ്വരത്തിൽ 'പത്മശ്രീ' എന്നു പറഞ്ഞു. My foot... എടോ അത് വച്ചുകൊണ്ട് ഈ കാട്ടിൽ ഞാൻ എന്തെടുക്കാനാണ്. പുറത്തുപോയി സെൽവയോട് കാട്ടിൽ ഈ നീ എന്നെ ബഹുമാനിക്കണം. ഞാൻ നിന്നേക്കാൾ വലിയവനാണ്, ബ്രഹ്മശ്രീയൊക്കെ കിട്ടിയിട്ടുണ്ട് എന്നു പറയണോ?

എനിക്കൊന്നും പറയാനുണ്ടായിരുന്നില്ല. എന്റെ ഹൃദയം ഒഴിഞ്ഞുകിടന്നു. 'ഈ കാടിനെ മനസ്സിലാക്കിയാൽ മാത്രമേ ഇവിടെയെന്തെങ്കിലും ചെയ്യാൻ കഴിയൂ. ഇവിടെ കഴിയണമെങ്കിൽ നിന്റെ ആ ലോകം നീ പൂർണമായും എടുത്ത് പുറത്തിടണം. പണ്ട് മുനിമാരും രാജാക്കന്മാരും കാട്ടിലെത്തുന്നത് അങ്ങനെയാ. അതെ, വാനപ്രസ്ഥം. കിരീടം ഊരിവയ്ക്കാതെ ഇവിടെ വരാൻ പാടില്ല. ഇവിടെ ഈ കുരങ്ങുകളെപ്പോലെ ഈ ആനകളെപ്പോലെ കഴിഞ്ഞാൽ മാത്രമേ സന്തോഷമുണ്ടാവുകയുള്ളൂ. ഇല്ലെങ്കിൽ കാട് ഒരു വൻനരകമാണ്.' ഡോക്ടർ പറഞ്ഞു. അദ്ദേഹത്തിന്റെ ശബ്ദം പൊന്തി. 'പോയി പുറത്ത് ചെന്ന് സെൽവയെ നോക്കെടോ. അവനെപ്പോലെ ഒരു ബന്ധു തനിക്ക് വേറെ കിട്ടുമോ? ആ ഗാംഭീര്യവും കരുണയും അൽപ്പത്തം ഒട്ടുമില്ലാത്ത കടൽപോലുള്ള മനസ്സും... അതറിഞ്ഞതിനുശേഷം ഏത് മനുഷ്യനാ നിനക്ക് വലിയവനായി തോന്നുക? പ്രധാനമന്ത്രിയോ പ്രസിഡന്റോ? ആ ആനയ്ക്ക് നിന്നെ അറിയാം എന്നതിന്റെ ശരിക്കുള്ള വില നിനക്ക് അറിയാമെങ്കിൽ ഡൽഹിയിലുള്ള നാല് ഇന്ത്യൻ സായിപ്പൻമാർ എന്തോ എഴുതി കൈയിൽ വച്ചുതരുന്നത് വലുതായിട്ട് തോന്നുമോ? Sheer nonsense.

പണ്ട് ജീപ്പിലിരുന്ന് ബൈറന്റെ കവിത പറഞ്ഞപ്പോഴുണ്ടായിരുന്ന അതേ അഗ്നിരൂപം. 'Man vain insect!' എന്ന് ബൈറൻ ചിന്നം വിളിക്കുന്നത് ഞാൻ കേട്ടു. തല കുനിച്ച് ഇരുന്നപ്പോൾ കരയും എന്നു തോന്നി. പെട്ടെന്ന് എഴുന്നേറ്റ് പുറത്തേക്കു നടന്നു. ഡോക്ടർ കെ എന്റെ പിന്നാലെ വന്ന് 'നിൽക്കൂ' എന്നു പറഞ്ഞു. 'I am sorry. I don't want to hurt you, anyway' ഞാൻ ചുണ്ടുകൾ മുറുക്കി കരയരുതെന്ന് വിചാരിക്കുമ്പോൾ തന്നെ എന്റെ കണ്ണുകലിൽ നിന്ന് കണ്ണുനീർ പൊഴിഞ്ഞുതുടങ്ങി. എന്നെ നിയന്ത്രിക്കാനായി ഞാൻ മുഖം കൈകൊണ്ട് പൊത്തി തൂത്തു 'I am sorry. I am sorry doctor' എന്നു പറഞ്ഞപ്പോൾ എന്റെ ശബ്ദം വീണ്ടെടുത്തു. 'I am really sorry... പക്ഷേ, ഡോക്ടർ ഉദ്ദേശിച്ചതല്ല ഞാൻ കരുതിയത്. ഞാൻ എന്റെ അഹങ്കാരശമനത്തിനായിട്ടല്ല ഇതിനിറങ്ങിയത്. താങ്കൾക്ക് ഒരു സമ്മാനം തന്ന് വലിയവനാകണമെന്നും ഞാൻ കരുതിയിട്ടില്ല. എനിക്കറിയാം താങ്കളുടെ വലുപ്പം. അതിനേക്കാൾ ഈ കാടിന്റെ ആഴം. ഇവിടെ വരുന്നതുവരെ മനുഷ്യന് ജീവിതം കൊണ്ട് സ്വയം നിറയുവാൻ കഴിയും എന്ന് ഞാനറിഞ്ഞിരുന്നില്ല. ഇത്തരം ഒരു ലോകം ഈ മനസ്സിലുണ്ട് എനന് മനസ്സിലാക്കിയിരുന്നില്ല. എന്നെ വിശ്വസിക്കുക ഡോക്ടർ. ഞാൻ താങ്കളെയോർത്ത് അഭിമാനിക്കുന്ന ശിഷ്യനായിത്തന്നെയിരിക്കും. ഒരിക്കലും മാറിപ്പോവില്ല. കാരണം എനിക്ക് മറ്റൊരിടത്തും ഒരുതരത്തിലും സന്തോഷമില്ല. ഇതൊരു ത്യാഗമൊന്നുമല്ല. ആഹ്ലാദിച്ച് ജീവിക്കുന്നവർക്ക് മാത്രമേ എന്തെങ്കിലും ചെയ്യാനാവൂ എന്നാണ് ഞാൻ താങ്കളിൽനിന്ന് പഠിച്ചത്. I promise!'

'പക്ഷേ ഇവിടെ വന്ന് താങ്കളെ കാണുന്നതുവരെ എനിക്ക് ഇങ്ങനെ ജീവിതമുണ്ട് എന്ന് അറിയില്ല. അറിയാൻ യാതൊരു മാർഗ്ഗവുമില്ല. സ്കൂളിലോ കോളേജിലോ ഒരാളും എന്നോട് ഇതൊന്നും പറഞ്ഞിട്ടില്ല. കാടിനെപ്പറ്റി, മൃഗങ്ങളെപ്പറ്റി, പ്രകൃതിയെപ്പറ്റി എനിക്ക് ഒന്നുമറിയില്ല. മനുഷ്യന് മഴ കിട്ടാൻ വേണ്ടി കാടിനെ സംരക്ഷിക്കണം എന്നു മാത്രമാണ് ഞാൻ പഠിച്ചിരുന്നത്. എന്റെ തലമുറയെപ്പറ്റി താങ്കൾക്കറിയില്ല ഡോക്ടർ, ശപിക്കപ്പെട്ട തലമുറയാണ് ഞങ്ങൾ. ആദർശങ്ങൾ മുഴുവൻ തോറ്റുപോയ കാലമാണിത്. ഡേൽ കോർണിഗയുടെയും കോപ് മേയറുടെയും ചിന്തകളിലൂടെയാണ് ഞങ്ങൾ വളരുന്നത്. പഠിക്കുക, ജയിക്കുക, നല്ല ജോലിക്ക് കയറി ഇരിക്കുക, ലോൺ വാങ്ങി വീടും കാറും വാങ്ങുക - എന്റെ കുടുംബവും അധ്യാപകരും ഒക്കെ എനിക്ക് തന്ന സ്വപ്നം ഇതുമാത്രം. ഞാൻ കണ്ട വലിയവരൊക്കെ പിടിച്ചടക്കിയവരും കേറിയിരുന്നവരും ഉളുപ്പില്ലാതെ നിന്ന് ഞെളിയുന്നവരും ഒക്കെയാണ്. എന്നെപ്പോലെ കോടിക്കണക്കിനാളുകൾ വളർന്ന് വരികയാണ് സർ, ആദർശത്തിൽ വലിയൊരു സന്തോഷമുണ്ട് എന്ന് അറിയാത്തവർ... ഇവിടെവന്ന് ഛർദ്ദിച്ച് ബീർക്കുപ്പി വലിച്ചെറിഞ്ഞ് മടങ്ങുന്നവരാണ് ഇന്നത്തെ മാതൃകാ യുവാക്കൾ. അവൻമാരെ എടുത്തിട്ട് ചവിട്ടുമ്പോൾ ഞാൻ എന്റെ അച്ഛനമ്മമാരുടെയും അധ്യാപകരുടെയും

മുഖത്താണ് കാർക്കിച്ചു തുപ്പുന്നത്. ഞാൻ ചവിട്ടുന്നത് എന്നെത്തന്നെയാണ്. കീടം പോലത്തെ മനുഷ്യൻ ഐടി കമ്പനികളിൽ ഇരുന്ന് ഒറ്റപ്പണി വീണ്ടും വീണ്ടും ചെയ്ത് മടുക്കുന്നുവൻ. പക്ഷേ, മാസം ഒരു ലക്ഷം രൂപ ശമ്പളം വാങ്ങുന്നവർ. അതുകൊണ്ടുതന്നെ സ്വയം ഒരു ബുദ്ധിമാനാണ് എന്നും വിജയിയാണ് എന്നും കരുതുന്നവൻ. ഏതു കാര്യത്തിനും എന്തെങ്കിലും ഒരു അഭിപ്രായം പറയാൻ അറിയുന്നവൻ. അതുകൊണ്ട് പുത്തനായി ഒന്നും അകത്ത് കടക്കാനാവാതെ വാതിലുകൾ കൊട്ടിയടച്ചവൻ. അവനാണ് ഇവിടെ നിയമം ഉണ്ടാക്കുന്നത്. അവന്റെ കൈയിലാണ് ഈ കാടും നാടും ഒക്കെ ഉള്ളത്. അവനാണ് അടുത്ത തലമുറയെ പരിശീലിപ്പിക്കുന്നത്. അവരിൽ ഒരു അഞ്ചു ശതമാനം ആളുകൾക്കെങ്കിലും ഇങ്ങനെ ഒരു ജീവിതമുണ്ട് എന്നു പറയണം എന്നാണ് ഞാൻ ആഗ്രഹിച്ചത്. ആദർശം നഷ്ടപ്പെട്ട ഈ തലമുറയുടെ മുന്നിൽ താങ്കളെ കൊണ്ടുചെന്ന് നിർത്തണമെന്ന് കരുതി. സ്വപ്നം കാണാനും തന്നേക്കാൾ വലിയവയുടെ മുന്നിൽ സ്വയം അർപ്പിച്ചു ജീവിക്കാനും ഇനിയും ഇവിടെ സാധ്യതകളുണ്ട് എന്നു പറയാൻ ഞാൻ ആഗ്രഹിച്ചു. പോട്ടെ, വിഡ്ഢിത്തമാണ്. പക്ഷേ, ഒരായിരം പേര് ഇതൊക്കെ ശ്രദ്ധിക്കുകയില്ലേ? നൂറ് പേരങ്കിലും ഇതിനെപ്പറ്റി സംസാരിക്കുകയില്ലേ?'

ഒരുപാട് സംസാരിക്കുകയാണ് എന്ന് എനിക്കു തോന്നി. പക്ഷേ, എനിക്ക് നിർത്താനായില്ല. 'താങ്കളുടെ കൈയിൽ ഈ പത്മശ്രീ കൊണ്ടുവന്നുവെച്ച് താങ്കളെ ആദരിച്ചുകളയാം എന്ന് കരുതുന്നത്ര വിഡ്ഢിയൊന്നുമല്ല ഞാൻ. എന്റെ തലമുറ താങ്കളെ അടയാളം കണ്ടു എന്നതിന് ഒരു ചെറിയ തെളിവുണ്ടാക്കാനാണ് ഞാൻ ശ്രമിച്ചത്. പത്തോളം ചെറുപ്പക്കാർ ചേർന്ന് ചെയ്ത തെറ്റാണ്. I am sorry.'

വാക്കുകൾ ഒഴിഞ്ഞ് ഞാൻ വെറുതെ ഇരുന്നു. 'താൻ ജോർജ് ഏലിയറ്റ് വായിച്ചിട്ടുണ്ടോ?' എന്ന് ഡോക്ടർ ചോദിച്ചു. 'ഇല്ല' എന്ന് ഞാൻ പറഞ്ഞു. 'കഴിഞ്ഞ നൂറ്റാണ്ടിലെ ബ്രിട്ടീഷ് എഴുത്തുകാരനാണ്. ഞാൻ ധാരാളം വായിച്ചിട്ടുള്ളത് അവരെയാ. ആയിരം പേജെങ്കിലും ഉണ്ടാവും ഓരോ നോവലിലും . പക്ഷേ, കഥ പറഞ്ഞാൽ ഒരു ചെറുകഥയുടെയത്രയേ വരൂ. കാരണം ഓരോരുത്തരും രണ്ടും

മൂന്നും പേജ് സംസാരിക്കും. 'എന്നാ ഞാനിറങ്ങട്ടെ' എന്നു പറ യാൻ തന്നെ ആയിരം വാക്ക് വേണ്ടിവരും. അവിടെനിന്നാണ് ഞാൻ നെടുങ്കൻ പ്രസംഗങ്ങൾ പഠിച്ചത്. പക്ഷെ, താനെങ്ങനെയാ ഇത്രയും നല്ല ഡ്രമാറ്റിക് മോണോലോഗ് കരസ്ഥമാക്കിയത്?' കളി യാക്കുകയാണ് എന്നു മനസ്സിലായി. മുഖം പക്ഷേ, വളരെ തീവ്ര മായിരുന്നു. 'എന്റെ ഗുരു വാകൊണ്ടു ചിന്തിക്കുന്നയാളാണ്' എന്നു ഞാൻ പറഞ്ഞു. ഡോക്ടർ പൊട്ടിച്ചിരിച്ചു.

'ഓക്കെ enough Shakespeare... ഞാൻ പുറത്തേക്ക് പോകുന്നു ണ്ട്. താൻ വരുന്നുവോ? ഞാൻ എഴുന്നേറ്റു. 'My dear boy. ഞാനൊരു കാര്യം പറയട്ടെ. ഇത്രയും ഓർണമെന്റലായി, വൈകാരി കമായി താൻ സ്ത്രീകളോട് സംസാരിക്കരുത്. അത് അവരിൽ വളരെ മോശമായ പ്രതികരണമാണ് ഉണ്ടാക്കുന്നത്. You know, ജവഹർലാൽ നെഹ്റു അത്രയും നല്ല കത്തുകൾ എഴുതിയതുകൊ ണ്ടാണ് ഇന്ദിരാഗാന്ധി ഇങ്ങനെ ആയത്.' ഞാൻ ഉറക്കെ ചിരിച്ചു. 'And he is a fine widower like me... ഞങ്ങൾക്ക് എന്തുമാകാം... നിനക്ക ഭാവിയുള്ളതാ,' ഡോക്ടർ പറഞ്ഞു.

ഏഴ്

ഞങ്ങൾ സെൽവയെ കൂട്ടിക്കൊണ്ട് ആന ക്യാമ്പിലേക്ക് പോയി. സെൽവയ്ക്ക് അങ്ങോട്ട് പോകണമെന്ന് താൽപര്യം ഉണ്ടായിരുന്നു. അതുകൊണ്ട് അയാൾ വേഗം തിരിച്ചു. വഴിക്ക് ഓലയോ ഇലയോ വാരി തിന്നാനൊന്നും മിനക്കെട്ടില്ല. You know he is a real tusker. An active casinova' ഡോക്ടർ പറഞ്ഞു. 'ഒരു രാജാവിൽ ഏറ്റവും ക്രിയാത്മകമായി പ്രവർത്തിക്കേണ്ട ഭാഗം ലിംഗമാണ്. ചരിത്രം മുഴുവൻ അങ്ങനെയാണ്' ഡോക്ടർ പറഞ്ഞു. 'മാലിക് കഫൂറിനും ഔംറഗസീബിനും ആ ഭാഗത്തിന്റെ പ്രവൃത്തി കുറവാ. ഒരാൾക്ക് ദൈവം കൊടുത്തില്ല. മറ്റെയാൾ ദൈവത്തിന് ഇഷ്ടപ്പെടുകയില്ല എന്ന് സ്വയം കരുതി. അതാണ് അവർ അത്രയും ക്രൂരന്മാരായത്...' ഞാൻ ചിരിച്ചുകൊണ്ട് 'അപ്പോൾ ഗാന്ധി?' എന്നു ചോദിച്ചു.വളരെ ഗൗരവഭാവത്തിൽ ഡോക്ടർ പറഞ്ഞു. 'കുന്തം ഉണ്ടായിരുന്നിട്ടും കുത്താതിരിക്കലല്ലേ ഈ അഹിംസ എന്നു പറയുന്നത്?' ഞാൻ ചിരി വിക്കി നിന്നുപോയി. ചെല്ലുന്ന വഴി മുഴുവൻ ഡോക്ടർ നല്ല ഹാസ്യഭാവത്തിലായിരുന്നു. ചെറിയ പയ്യന്മാരെപ്പോലെ ഞങ്ങൾ ഉടനീളം ചിരിച്ചു. അതുവരെ ഉണ്ടായിരുന്ന അതിവൈകാരികതയുടെ ചളിപ്പ് മുഴുവൻ അങ്ങനെ കഴുകിക്കളഞ്ഞു.

ഡോക്ടർ ആന ക്യാമ്പിന്റെ ഉള്ളിലേക്കു കടന്നപ്പോൾ മുപ്പത്തിയാറ് തുമ്പിക്കൈകൾ ആകാശത്തേക്ക് പൊന്തി അദ്ദേഹത്തെ സ്വീകരിച്ചു. സുപ്രസിദ്ധ മൃഗസംരക്ഷകനും ആനപ്രേമിയുമായ ഇയാൻ ഡഗ്ലസ് ഹാമിൽടൺ ഒരിക്കൽ ഈ കാഴ്ച കണ്ട് അത്ഭുതപ്പെട്ട് 'ഡോക്ടർ ഞാൻ താങ്കളുടെ ജീവിതം എനിക്ക് കിട്ടുമെങ്കിൽ മറ്റൊന്നും ആഗ്രഹിക്കുകയില്ല' എന്നു പറഞ്ഞതായി കേട്ടിട്ടുണ്ട്. എത്രയോ തവണ കണ്ടിട്ടുണ്ടെങ്കിലും അത് കോൾമയിർ കൊള്ളി

ക്കുന്ന അനുഭവം തന്നെ. പകൽ മുഴുവൻ ഡോക്ടർ ആനകളെ തഴുകിയും ചെല്ലം കൊഞ്ചിച്ചും സംസാരിച്ചും അവിടെയുണ്ടായിരുന്നു. ഓരോ ആനയെയായി നോക്കി റിപ്പോർട്ട് എഴുതി. ഞാൻ ഒപ്പം നിന്നു സഹായിച്ചു. ഇടയ്ക്ക് ഷെല്ലി. ഒപ്പം കമ്പൻ. പിന്നെ അമേരിക്കൻ പ്രകൃതിസംരക്ഷണ സംഘത്തിന്റെ തമാശകൾ. ഉച്ചയ്ക്ക് അകത്ത് ചീരയും പരിപ്പു വച്ച് ചുരുട്ടിയ തണുത്ത ചപ്പാത്തി. ഡോക്ടർ കെ. മാംസം കഴിക്കില്ല. മറ്റുള്ളവർ കഴിക്കുന്നതും ഇഷ്ടമല്ല. അപ്പോൾ മാത്രം തനി അയ്യരായി മാറും. എന്ത് പറഞ്ഞാലും വകവച്ച് തരില്ല.

വൈകുന്നേരം വരെ എനിക്ക് റേഡിയോയുടെ ഓർമയുണ്ടായിരുന്നില്ല. നാലരമണിക്ക് മാരിമുത്തു എന്നെ അന്വേഷിച്ച് എത്തി. 'സാർ ഡൽഹിയിൽനിന്ന് ഫോൺ വന്നു. നാലഞ്ചു തവണ വിളിച്ചു. ഷൺമുഖം സാർ എന്നെ ഇങ്ങോട്ടയച്ചു.' ഞാൻ ജീപ്പിൽ കയറി ഡോക്ടറുടെ മുറിയിലെത്തി ആനന്ദിനെ ഫോണിൽ വിളിച്ചു. 'ഹലോ' പറഞ്ഞപ്പോൾ തന്നെ അവൻ ഒന്ന് തേങ്ങി 'സോറി... എന്തു പറയണമെന്നു തന്നെ എനിക്കറിയില്ല. 'I am ashamed. Nothing more to say. I feel like a worm.' ഞാൻ വരുമ്പോൾത്തന്നെ അങ്ങനെയേതോ ഉള്ളിൽ പ്രതീക്ഷിച്ചിരുന്നു. പക്ഷേ, എനിക്ക് അത് വാക്കുകളായി കേൾക്കാനുള്ള ധൈര്യം ഉണ്ടായില്ല. കാലുതളർന്ന് ഞാന് ഇരുമ്പു കസേരയിൽ ഇരുന്നു. 'മന്ത്രി ഇന്നലെ തന്നെ വേറെ പേര് ലിസ്റ്റിൽ ചേർത്ത് അയച്ചിട്ടുണ്ടായിരുന്നു. ഞാൻ വേറെ വഴിക്ക് ശ്രമിക്കാതിരിക്കാൻ വേണ്ടി എന്നെ വിളിച്ച് തേനൊലിപ്പിച്ച് സംസാരിക്കുകയായിരുന്നു. അയാൾ കുറുക്കനാണെന്ന് കേട്ടിട്ടുണ്ട്. പക്ഷേ, ഇത്രയും പ്രതീക്ഷിച്ചില്ല. നാലഞ്ച് നടന്മാരുണ്ട് ലിസ്റ്റിൽ. കച്ചോടക്കാരുണ്ട്. ഒരാൾ വെറും ദല്ലാളാണ്. I can't think...'

സാരമില്ലടോ താനെന്ത് ചെയ്യാനാണ്... It is ok' എന്ന് ഞാൻ പറഞ്ഞു. 'എടോ ആ കെളവൻ... ആ നരി...' ഞാൻ ചിരിച്ചുപോയി. 'നരി ഇതൊന്നും ചെയ്യാറില്ലെടോ' എന്നു പറഞ്ഞ് ഫോൺ വച്ചു. കുറേ സമയം തലയിൽ കൈവച്ച് ഇരുന്നു. ഡോക്ടർ ഇതൊന്നും കാര്യമാക്കുകയില്ല. അദ്ദേഹത്തോട് പറയേണ്ടതുപോലുമില്ല. ഒരുകണക്കിൽ ഇത് നല്ലതാണ്. ഇത് കിട്ടിയുരന്നുവെങ്കിൽ ഡോക്ടർ ഈ കാടുവിട്ട് ചെല്ലണം. ഗവൺമെന്റിന്റെ വരാന്തകളിൽ

ചൂളിനിൽക്കണം. അറിയാത്ത ശുംഭന്മാരെ കണ്ട് വണങ്ങണം. നല്ല കാര്യം തന്നെ. പക്ഷേ, ടമങ്ങുമ്പോൾ ഞാൻ വളരെ മ്ലാനനായിരുന്നു. എന്നെ എന്താണ് അലട്ടുന്നത്? ശ്രമങ്ങൾ വ്യക്തമായതുകൊണ്ടാണോ? ഞാനെന്താണ് ഇവരിൽനിന്ന് പ്രതീക്ഷിച്ചത്. കഴിഞ്ഞ കൊല്ലമാണ് ഒരു മന്ത്രി ആന ഡോക്ടർ രണ്ട് നല്ല ആനക്കൊമ്പ് സംഘചിപ്പിച്ചുതരുമോ' എന്ന് എന്നോട് ചോദിച്ചത്. അല്ല, ഞാൻ ഉള്ളിൽ പ്രതീക്ഷിച്ചത് മറ്റൊന്നാണ്. എന്തായാലും ആദർശം മനുഷ്യമനസ്സിന്റെ ആഴങ്ങളിലേക്ക് ചെല്ലാതിരിക്കില്ല എന്നു ഞാൻ കരുതി. മനുഷ്യന്റെ ഉള്ളിലെ നന്മയെ വിശ്വസിക്കാൻ അവസാനമായി ഒരു ശ്രമം നടത്തിയതാണ് ഞാൻ. നഷ്ടപ്പെട്ടത് എനിക്കാണ്. മനുഷ്യർ, രണ്ടു കാലുള്ള ഒരു ജീവിയെയും വിശ്വസിക്കാനാവില്ല. പക്ഷേ, ഗാന്ധി വിശ്വസിക്കുകയുണ്ടായി. അദ്ദേഹം കാണാത്ത ചെറ്റത്തരമാണോ ഞാൻ കണ്ടത്? ഡോക്ടർ കാണാത്തതോ? എങ്ങനെ അവൻ ഈ വിഷം കുടിച്ച് ദഹിപ്പിച്ചെടുത്തു? നീലകണ്ഠന്മാർക്ക് മാത്രമേ അഗ്നി ചൂടി നൃത്തം വെയ്ക്കാനാവൂ. ഞാൻ എളിയ മനുഷ്യനാണ്. എനിക്ക് പ്രാർത്ഥിക്കാനേ പറ്റൂ. എന്നിൽ വെറുപ്പ് നിറയ്ക്കരുതേ. എന്നെ കയ്പിലേക്ക് തള്ളി വിടരുതേ. അമൃതംഗമയ. അതിനേക്കാൾ വലിയ പ്രാർത്ഥന ഇല്ല.

വഴിക്ക് ആ പുൽത്തകിടിയിൽ ഞാൻ ജീപ്പ് നിർത്തി. എന്റെ വരവ് അറിയിച്ച കരിങ്കുരങ്ങ് താല്പര്യത്തോടെ താഴോട്ട് നോക്കുന്നത് കണ്ടു. വൈകുന്നേരത്തിന്റെ മുറുകിയ വെട്ടത്തിൽ പച്ച തിളങ്ങുന്നുണ്ടായിരുന്നു. വെളിച്ചത്തെ ചിറകുകളായി അണിഞ്ഞ് ചെറുപ്രാണികൾ പറന്നലഞ്ഞു. കണ്ണ് നിറയെ പച്ച. പച്ച എന്നൊരു ജലം. ജലം എന്നാൽ ജീവൻ. പെട്ടെന്ന് എന്തൊക്കെയോ ചിന്തകൾ ഒന്നായി ഉള്ളിൽ തിരയടിച്ച് ഉയർന്നു. എന്റെ എല്ലാ നിയന്ത്രണങ്ങളും ഇല്ലാതായി. അവിടെ ഒറ്റയ്ക്ക് നിന്ന് ഞാൻ ചെറിയ കുട്ടിയെപ്പോലെ തേങ്ങിക്കരഞ്ഞു. അവസാനത്തെ തുള്ളിവരെ പൊഴിഞ്ഞപ്പോൾ അകത്തുണ്ടായിരുന്ന ശൂന്യതയുടെ ഭാരം മുഴുവൻ മാഞ്ഞുകഴിഞ്ഞിരുന്നു. എന്നെയറിയാതെ ഞാൻ പരിപൂർണമായ നിശ്ശബ്ദതയിലേക്ക് പോയി. ഒരുപാട് സമയം കഴിഞ്ഞ് ഉണർന്നപ്പോഴാണ് അങ്ങനെ താണുപോയ കാര്യംതന്നെ ഞാനറിഞ്ഞത്. അത്തരം ഒരു നിശ്ശബ്ദത ഞാൻ അതിനുമുമ്പ് അറിഞ്ഞിട്ടുണ്ടായി

രുന്നില്ല. കാട്ടിൽ ഒരുതരം വാക്കില്ലായ്മ വന്നുമൂടുന്നത് ഞാൻ അറിഞ്ഞിട്ടുണ്ട്. ഡോക്ടർ ചിലപ്പോൾ പകൽ മുഴുവൻ നിശ്ശബ്ദനായിരിക്കും. 'കാട്ടിൽ ധ്യാനം സംഭവിക്കണം. നാം നമ്മുടെ ചിന്തകൾ കൊണ്ട് കാടിന്റെ പ്രകൃതി ഉണ്ടാക്കിയെടുക്കുകയാണ്. കാട് നമ്മുടെ ഉള്ളിലേക്ക് കടന്ന് സ്വയം രൂപപ്പെടണം. അതാണ് ശരിക്കും കാട്' ഡോക്ടർ പറയാറുണ്ട്. 'അങ്ങനെ നാം ഉണ്ടാക്കിയെടുക്കുന്ന കാടിനെയാണ് വേദാന്തികൾ ഭാസം എന്നു പറയുന്നത്...' എന്തെങ്കിലു ഗൗരവമായി പറഞ്ഞാൽ ഉടൻതന്നെ തമാശയാക്കാതിരിക്കാൻ കഴിയില്ല. അദ്ദേഹത്തിന് 'പലപ്പോഴും നമ്മൾ കാണുന്നത് ആഭാസമാണ്.'

പുഞ്ചിരിയോടെയാണ് ഞാൻ മടങ്ങിയത്. ആനയെ കൊഞ്ചിച്ചു കൊണ്ടിരുന്ന ഡോക്ടറുടെ അടുത്ത് എത്തി വെറുതെ നിന്നു. എന്നെ തിരിഞ്ഞുനോക്കിയപ്പോൾ തന്നെ അദ്ദേഹം കാര്യം മനസ്സിലാക്കി. 'എന്താ ചീറ്റിപ്പോയോ?' ഞാൻ ചിരിച്ചു. 'ഓക്കെ... അപ്പോൾ നമുക്ക് അടുത്ത പണികളിലേക്ക് തിരിയാം അല്ലേ?' ഞാൻ 'Yes doctor' എന്നു പറഞ്ഞു. 'താൻ ആ ബക്കറ്റ് ഒന്നെടുക്ക്. എനിക്ക് ഇവന്റെ മൂത്രം വേണം.' ഏതാനും നിമിഷംകൊണ്ട് ഞാൻ എല്ലാം മറന്നു. സന്ധ്യവരെ അവിടെ പണിയുണ്ടായിരുന്നു. എല്ലാ ആനയെയും തൊട്ട് കൊഞ്ചിക്കാതെ ഡോക്ടർക്ക് മടങ്ങാനാവില്ല. മടങ്ങുമ്പോൾ ഡോക്ടർ അദ്ദേഹം എഴുതിക്കൊണ്ടിരിക്കുന്ന പഠനത്തിന്റെ ഉള്ളടക്കത്തെപ്പറ്റി വിശദമായി പറഞ്ഞുകൊണ്ടിരുന്നു. അത് അദ്ദേഹത്തിന്റെ രീതിയാണ്. പറഞ്ഞുപറഞ്ഞാണ് ചിന്തകളെ ആശയമാക്കുന്നത്.

'മനുഷ്യസംസ്കാരത്തിന്റെ വളർച്ചയിൽ മൃഗങ്ങൾക്ക് വലിയ പങ്കുണ്ട്. ഉഴാനും ഭാരം വലിക്കാനും മൃഗം ഉണ്ടായിരുന്നതുകൊണ്ടാണ് നമ്മുടെ ചരിത്രം ഉണ്ടായതുതന്നെ. പക്ഷെ ഇന്ന് യന്ത്രങ്ങൾ മൃഗങ്ങളുടെ പണി ചെയ്യുന്നു. കാളവണ്ടിയും കുതിരയും ഇന്ന് ഒരിടത്തും ഇല്ല. പണ്ട് വലിയ ഭാരം എടുക്കാൻ ആന വേണ്ടി വന്നു. ഇന്ന് ആനയേക്കാൾ നന്നായി ക്രെയിനുകൾ ഭാരം പൊക്കുന്നു. ഇന്ന് ആന വെറും അലങ്കാരമാണ്. അഹങ്കാരപ്രകടനം മാത്രമാണ്. മൃഗശാലകളിൽ വിനോദവസ്തു. ചിലപ്പോൾ ദൈവത്തിന്റെ കള്ളസ്വരൂപം...' ഡോക്ടർ പറഞ്ഞു. 'ആനയെ വളർത്തുന്നത് മുഴു

വനായി നിരോധിക്കണം. ഉത്സവത്തിനും കാഴ്ചശാലയ്ക്കും ആനയെ വിട്ടുകൊടുക്കരുത്. ആന നമുക്കായി ഒരുപാട് കഷ്ടപ്പെട്ടിട്ടുണ്ട്. യുദ്ധങ്ങളിൽ ആയിരക്കണക്കിന് ആളുകൾ ചത്തൊടുങ്ങിയിട്ടുണ്ട്. ആയിരം ആനയെ കൊന്നവനാണ് വീരൻ എന്നാണ് തമിഴ് കാവ്യത്തിന്റെ വ്യാകരണം പറയുന്നത്. അവനെപ്പറ്റിയാണ് ഭരണി എന്ന യുദ്ധകാവ്യം പാടേണ്ടത്. ആയിരം ആനയെ കൊന്നതുകൊണ്ടാണ് കരുണാകരൻ എന്ന വീരനെപ്പറ്റി ജയങ്കൊണ്ടാർ കലിങ്കത്ത് ഭരണി എന്ന യുദ്ധകാവ്യം രചിച്ചത്... നമ്മുടെ ഭാരം അവ വഹിച്ചു. നമ്മുടെ ദൈവങ്ങളുടെ ഭാരവും അവയാണ് വഹിച്ചത്. നന്ദിയുണ്ടെങ്കിൽ നാം ആനയ്ക്ക് ഇനിയെങ്കിലും കനിവ് കാട്ടണം. അവ കാടുകളിൽ കഴിയട്ടെ. അവയ്ക്ക് വേണ്ടി സംരക്ഷിക്കപ്പെട്ട കാടുകൾ നമുക്ക് ഉണ്ടാക്കാം. നമ്മുടെ കുട്ടികൾ ദുഃഖം നിറഞ്ഞ് നിൽക്കുന്ന ആനകളെ മാത്രമേ ഇതുവരെ കണ്ടിട്ടുള്ളൂ. കാട്ടിൽ വെള്ളത്തിൽ മീനെന്നപോലെ സന്തോഷത്തോടെ കഴിയുന്ന ആനകളെ നാം അവർക്ക് കാട്ടിക്കൊടുക്കാം...'

ഡോക്ടർ സംസാരിച്ചുകൊണ്ടേയിരുന്നു. 'ആനയുടെ വീട് കാടാണ്. ആനയ്ക്ക് ഒട്ടും ചേരാത്ത സ്ഥലം ക്ഷേത്രം. ആനയുടെ കണ്ണിൽ എപ്പോഴും പച്ചയും വെള്ളയും കാണണം. ചുറ്റിലും ഇലകളുടെ ഗന്ധമുണ്ടാവണം. എങ്കിലേ അത് സന്തോഷമായിട്ടിരിക്കുകയുള്ളൂ. തമിഴ്നാട്ടിൽ പല ക്ഷേത്രങ്ങളിലും കൽമണ്ഡപങ്ങളിൽ ആനയെ കെട്ടിയിടുകയാണ്. തലയ്ക്ക് മുകളിൽ ആകാശമില്ലെങ്കിൽ ആന തളരും. അതിന് രോഗങ്ങൾ ഉണ്ടാവും. ഡയബെറ്റിസ് പേഷ്യന്റുകളാണ്. അവയ്ക്ക് ഉണക്ക പുല്ല് കൊണ്ടിടുകയാണ്. മധുരയിൽ ഒരു ക്ഷേത്രത്തിൽ ആന കടലാസു തിന്നുന്നത് ഞാൻ കണ്ടു. അതെ പഴയ കടലാസുകൾ. നിരന്തരം പട്ടിണിക്കിട്ട് കടലാസു മാത്രം കൊടുത്ത് ശീലിപ്പിച്ചതാണ്. ചോദിച്ചാൽ ആനയ്ക്ക് ഭക്ഷണത്തിനായി സർക്കാർ നീക്കിയിട്ടുള്ള പണം എത്ര എന്നറിയാമോ? മാസം എഴുന്നൂറു രൂപ. തമിഴ്നാട്ടിൽ ആന തെരുവിൽ നിന്ന് പിച്ചയെടുക്കുന്നത് എല്ലാ ക്ഷേത്രങ്ങളിലുമുള്ള സ്ഥിരം കാഴ്ചയാണ്. ഒരാൾക്കും അതിൽ പരാതിയില്ല. ആനയുടെ തുമ്പിക്കൈയിൽ പത്ത് പൈസ വച്ച് കൊടുക്കുകയാണ് അൽപൻമാർ... ക്ഷേത്രമാണ് ആനയുടെ നരകം. അത് തടഞ്ഞേ മതിയാവൂ...'

'മതാവകാശം എന്നൊക്കെ പറഞ്ഞ് ചിലർ എതിർക്കും. അവരാണ് നൂറുകൊല്ലം മുമ്പ് ദേവദാസിമാർ ഉണ്ടെങ്കിലേ ദൈവം സുഖിക്കുകയുള്ളൂ എന്ന് തെരുവിലിറങ്ങിയത്. ഇരുന്നൂറ് കൊല്ലം മുമ്പ് ഭർത്താവിന്റെ ചിതയിൽ ഭാര്യയെ എടുത്തിട്ട് കത്തിച്ചത്. ആനയെ മോചിപ്പിച്ചേ പറ്റൂ. ആന കാടിന്റെ രാജാവാണ്. അവനെ പിച്ചക്കാരനാക്കി വച്ചിരിക്കുന്നത് ഈ രാഷ്ട്രത്തിനുതന്നെ അപമാനമാണ്. നമ്മുടെ നേതാക്കളോട് പറഞ്ഞിട്ട് കാര്യമില്ല. ഇവൻമാർ വെള്ളമടിക്കാനും പെണ്ണുപിടക്കാനും മാത്രമാണ് കാട്ടിലേക്ക് വരുന്നത്. സായിപ്പിനോട് പറയണം. അവിടെയുള്ള ജേണലുകളിൽ വരണം. അവനാണ് ഇന്നും ഈ ചെറ്റകളുടെ യജനാനൻ.'

വീട്ടിലെത്തിയതും എഴുതിവച്ച വലിയ ലേഖനത്തിന്റെ കാർബൺ കോപ്പി എടുത്ത് നീട്ടി 'വായിച്ച് നോക്ക്, കാലത്താണ് എഴുതി പൂർത്തിയാക്കിയത്. കരടാണ്, ഇനിയുമൊരിക്കൽ എഴുതേണ്ടിവരും' എന്നു പറഞ്ഞു. ഡോക്ടർക്ക് ടൈപ്പ് ചെയ്യാനറിയില്ല. 'പറഞ്ഞാൽ ഞാൻ ടൈപ്പ് ചെയ്യുമായിരുന്നു' എന്ന് ഞാൻ പറഞ്ഞു. 'കൈകൊണ്ട് എഴുതിയാലേ ചിന്ത വരികയുള്ളൂ... അവസാനം ടൈപ്പ് ചെയ്യാം. എഴുപതോളം പുറമുണ്ടായിരുന്നു. ഞാൻ വായിച്ചു തുടങ്ങി. ഡോക്ടർ തമിഴ്നാട്ടിലെ എൺപത്തിരണ്ട് ക്ഷേത്രങ്ങളിലെ ആനകളുടെ ആരോഗ്യത്തെപ്പറ്റിയുള്ള എല്ലാ ഡാറ്റയും സമാഹരിച്ച് വലിയൊരു ഗ്രാഫ് ഉണ്ടാക്കിയിരുന്നു. അവയ്ക്ക് ഡയബറ്റിസ്, വിഷാദം, അമിതഭാരം, കാലുകളിൽ പുണ്ണ്, സന്ധികളിൽ നീര് തുടങ്ങി നിരവധി രോഗങ്ങൾ ഉണ്ടായിരുന്നു. മിക്കവാറും ക്ഷേത്രങ്ങളിൽ അവയ്ക്ക് വാഴയിലയും വൈക്കോലുമാണ് ഭക്ഷണം. എച്ചിലിലയാണ് ഏറ്റവും വലിയ പ്രശ്നം.അവയിൽ ശേഷിച്ച ഭക്ഷണത്തിലെ ഉപ്പ് ആനയുടെ രക്തസമ്മർദ്ദം കൂട്ടി. ഞാൻ വായിച്ചുകഴിഞ്ഞിട്ട് തലതാഴ്ത്തി മിണ്ടാതെ ഇരുന്നു. 'നിരോധിക്കുക, അല്ലാതെ മറ്റ് മാർഗ്ഗങ്ങളൊന്നും ഇല്ല. ഇന്ന് ആന ഒരു ഉല്പാദനയന്ത്രം അല്ല. അതിനെക്കൊണ്ട് ലാഭമില്ല. അതിനാൽ ആരും അതിന് ഭക്ഷണം കൊടുക്കില്ല. അത് മനുഷ്യ സംസ്ക്കാരത്തിന്റെ ക്രൂരമായ നിയമം.' ഞാൻ നെടുവീർപ്പിട്ടു.

'താൻ പോകുന്നുവോ? ഒരുപാട് സമയമായി. ഇവിടെ കിടന്നോളൂ' ഡോക്ടർ പറഞ്ഞു.അതാണ് എനിക്കും തോന്നിയത്. ഒരു

ദിവസം കൊണ്ട് ഒരുപാട് ജീവിച്ചുകഴിഞ്ഞിരുന്നു. ഡോക്ടർ കഞ്ഞി യുണ്ടാക്കി. ഞാൻ കരിമ്പടം പുതച്ച് കിടന്നു. ഡോക്ടർ ഭക്ഷണ ക്കാര്യത്തിൽ മലയാളിയാണ്. കഞ്ഞിയും ചമ്മന്തിയും ഉണ്ടാക്കി അദ്ദേഹം എന്നെ ഉണർത്തി. അപ്പോൾ ഞാൻ ആനകളുടെ ഒപ്പമാ യിരുന്നു. രണ്ടാളും ഒന്നും ഉരിയാടാതെ കഞ്ഞി കുടിച്ചു. ഡോക്ടർ നിശ്ശബ്ദത്തിലേക്ക് മടങ്ങിക്കഴിഞ്ഞു. ഇനി ദിവസങ്ങളോളം ഒന്നും മിണ്ടില്ല. പക്ഷേ, എനിക്ക് ആ നിശ്ശബ്ദത താങ്ങാനായില്ല. 'നമ്മള് പറഞ്ഞാൽ ഗവൺമെന്റ് കേൾക്കുമോ?' എന്ന് ഞാൻ ചോദിച്ചു. കേൾക്കില്ലെന്നേ തോന്നുകയുള്ളൂ. പക്ഷേ ഇപ്പോഴുള്ള പല കാര്യ ങ്ങളും ഞാൻ പറഞ്ഞ് ചെയ്യിച്ചതാണ്. ആനകളുടെ വനവിശ്രമം ഉൾപ്പെടെ. ഉടൻ എന്തെങ്കിലും നടക്കും എന്ന് എനിക്ക് അഭിപ്രായം ഇല്ല. പക്ഷേ, നമ്മൾ ചെയ്യേണ്ടത് ചെയ്യണം. പറഞ്ഞുകൊണ്ടേയി രിക്കണം. എവിടെയോ ചലനമുണ്ടാവും. ഗാന്ധിയിൽനിന്ന് പഠി ക്കേണ്ട പാഠം അതാണ്. വിശ്വസിക്കുക, വിട്ടുകൊടുക്കാതിരിക്കു ക...'

പത്തുമണിക്ക് ഞാൻ ഉറങ്ങാൻ കിടന്നു. ഉറക്കം വരില്ല എന്നാ യിരുന്നു കരുതിയത്. പക്ഷേ ഏതാനും നിമിഷംകൊണ്ട് നന്നായി ഉറങ്ങിക്കഴിഞ്ഞിരുന്നു. ഉണർന്നപ്പോൾ മുറിയിൽ ലൈറ്റിട്ടിട്ടുണ്ടാ യിരുന്നു. ഡോക്ടർ കോട്ട് ഇടുകയായിരുന്നു. 'എന്താണ് ഡോക്ടർ?' എന്ന് ഞാൻചോദിച്ചു. 'പുറത്ത് ആനയുടെ ശബ്ദം കേൾക്കുന്നു. ചൂര് നോക്കുമ്പോൾ ഇവിടെയുള്ള ആനയല്ല എന്നാണ് തോന്നുന്നത്.' ഞാനും എഴുന്നേറ്റ് എന്റെ സ്വെറ്റർ എടു ത്തിട്ടു. 'കാട്ടാനകളാണോ?' ഡോക്ടർ ടോർച്ച് ലൈറ്റ് തെളിച്ചുനോ ക്കി. 'പൊതുവെ ഈ വഴിക്ക് കാട്ടാനകൾ വരാറില്ല. ഇവിടെ സെൽവ യുടെ ചൂരുണ്ട്. എന്തോ കാരണം ഉണ്ട്' ഡോക്ടർ ഗംബൂട്ടുകൾ എടുത്തിട്ടു കതകു തുറന്ന് പുറത്തിറങ്ങി. പുറത്തുനിന്ന് വെള്ള ച്ചാട്ടംപോലെ തണുത്ത കാറ്റ് അകത്തേക്ക് വന്നു. ഇരുട്ട് വലിയ കറുത്ത തിരശ്ശീലപോലെ തൂങ്ങിക്കിടന്നു. പുറത്തിറങ്ങിയപ്പോൾ ഞാൻ നക്ഷത്രങ്ങളെ കണ്ടു. കറുത്ത തിരശ്ശീലയിലെ സുഷിരങ്ങൾ. പിന്നെ കറുപ്പിൽ കറകൾ പോലെ രൂപങ്ങൾ തെളിഞ്ഞു. ഡോക്ടർ അതിനിടയ്ക്ക് ആനകളെ കണ്ടുകഴിഞ്ഞിരുന്നു. 'ചെറിയകുട്ടിയാ ണല്ലോ' എന്നു പറഞ്ഞു. 'എവിടെ?' എന്നു ഞാൻ ചോദിച്ചു... 'രണ്ട്

വയസ്സ്.' എന്ന് അദ്ദേഹം ചൂണ്ടിക്കാട്ടിയ ദിക്കിലേക്ക് ഞാൻ സൂക്ഷിച്ചുനോക്കി. എന്റെ മാറോളം പൊക്കമുള്ള ആനക്കുട്ടിയെ ഇരുട്ടിന്റെയുള്ളിൽ ഇരുട്ടിന്റെ ചലനമായി ഞാൻ കണ്ടു. 'ഈ പ്രായത്തിൽ കുട്ടി ഒറ്റയ്ക്ക് വരാറില്ലല്ലോ' എന്നു ഞാൻ പറഞ്ഞു. ഡോക്ടർ അടുത്തേക്ക് നടന്നു. ഇരുട്ടിൽ വിളക്ക് തെളിച്ചാൽ പിന്നെ കണ്ണ് കാണാതെയാവും. അതുകൊണ്ട് കണ്ണുമിഴിച്ച് നോക്കി ഞങ്ങൾന ടന്നു.

അൽപസമയത്തിനുള്ളിൽ നിലത്തെ ഉരുളൻ കല്ലുകളുടെ മിനുസവും ഇലകളുടെ എണ്ണത്തിളക്കവും കണ്ടുതുടങ്ങി. ആനക്കുട്ടി പതുക്കെ അമറിക്കൊണ്ട് തുമ്പിക്കൈ നീട്ടി മണം പിടിച്ചു. 'ഈസി! ഈസി!' എന്ന് ഡോക്ടർ പറഞ്ഞു. കൈ രണ്ടും മുന്നിൽ നീട്ടി അദ്ദേഹം അതിന്റെയടുത്തേക്ക് നടന്നു. ആനക്കുട്ടി തലയാട്ടി ജെഴ്സി പശു കരയുന്ന ഒച്ചയിൽ ചിന്നം വിളിച്ചു. 'കാലിൽ വ്രണമുണ്ട്' എന്ന് ഡോക്ടർ പറഞ്ഞു. ഡോക്ടർ അടുത്തേക്ക് ചെന്നപ്പോൾ തുമ്പിക്കൈനീട്ടി അദ്ദേഹത്തെ തൊട്ടു. അതിന്റെ ദേഹം ഉലയുന്നത് കണ്ടു. ഡോക്ടർ എന്നോട് 'നിന്നോളൂ' എന്ന് പറഞ്ഞിട്ട് അതിന്റെ അടുത്ത് ചെന്ന് നിന്ന് കാതിൽ പിടിച്ചു. തിരകളിലെ തോണിപോലെ അതിന്റെ ശരീര ഉലഞ്ഞാടി. തുമ്പിക്കൈ അസ്വസ്ഥമായി പുളഞ്ഞു. അദ്ദേഹം അതിന്റെ മുഖത്ത് തൊട്ടപ്പോൾ തുമ്പിക്കൈ അദ്ദേഹത്തിന്റെ തോളിൽ വീണ് മലമ്പാമ്പ് പോലെ വഴുതിയിറങ്ങി.,

'വരൂ' എന്ന് എന്നെ ഡോക്ടർ വിളിച്ചു. ഞാൻ അടുത്തേക്ക് ചെന്നു. അദ്ദേഹം ആ കുട്ടിയാനയുടെ നെറ്റിയിലും ചെവിയിലും തട്ടി സാന്ത്വനപ്പെടുത്തി. അത് തുമ്പിക്കൈ വളച്ച് നീട്ടി എന്നെ തൊട്ട് പരിശോധിക്കാൻ ശ്രമിച്ചു. 'ഇവനെ ഒന്ന് കിടത്തണം. എന്താണ് പ്രശ്നം എന്നു നോക്കണം. നീ പോയി എന്റെ പെട്ടി എടുത്തുകൊണ്ട് വാ' ഡോക്ടറുടെ വിളിയിലെ അടുപ്പം ആ സമയത്തുപോലും എനിക്ക് മനസ്സിലായി. നാവുകൊണ്ട് ബാറ്ററിയെ തൊട്ടതുപോലെ ഒരു ചെറിയമധുരം. പുഞ്ചിരിച്ചുകൊണ്ട് ഞാൻ അകത്തുപോയി മരുന്നു പെട്ടി എടുത്തുകൊണ്ട് വന്നു.

ഡോക്ടർ കെ. ആനയുടെ വായിലെ ചുവന്ന ഭാഗത്ത് സൂചിയുടെ മുന എറിഞ്ഞ് തറപ്പിച്ചതിനുശേഷം പമ്പ് പിടിപ്പിച്ച് മരുന്നു

കടത്തി. കുറേ സമയം അത് അസ്വസ്ഥമായി ആടിക്കൊണ്ടിരുന്നു. കുട്ടിയാനകൾ എന്തിനാണ് തുമ്പിക്കൈ രണ്ടു കാലിന്റെ നടുക്കും മുമ്പോട്ടുമായി ഊഞ്ഞാലാടിക്കുന്നത് എന്ന് ഞാൻ ചിന്തിച്ചു. ഇടയ്ക്ക് എന്നെ ഒന്ന് തൊട്ടുനോക്കിയാൽ കൊള്ളാം എന്നും അത് ശ്രമിച്ചു. തുമ്പിക്കൈ കുഴഞ്ഞ് തളരുന്നത് കണ്ടു. കാതുകളുടെ അനക്കം നിലച്ച് പിന്നെയും തുടങ്ങി. കാല് തെറ്റി വീഴാൻ പോയി ഞെട്ടി കണ്ണുതുറന്ന് എന്നെ നോക്കി. നാലഞ്ച് തവണ നെടുവീർപ്പിട്ടു. തുമ്പിക്കൈ നിലത്തുവീണ് ഊതി മണ്ണ് പറപ്പിച്ചു. പിന്നെ അത് പതുക്കെ മുട്ടുകുത്തി ഇരുന്ന് വലതുവശത്തേക്ക് ചെരിഞ്ഞുവീണ് നിശ്ചലമായി.

'നീ പോയി ഒരു ബക്കറ്റ് വെള്ളം കൊണ്ടുവന്ന് അതിന്റെ കാതിൽ ഒഴിക്ക്. കുട്ടിയാണ്. കാത് നിലച്ചാൽ തലയ്ക്ക് ചൂട് കയറിയേക്കും' ഡോക്ടർപറഞ്ഞു. ഞാൻ കുളിമുറിയിലേക്ക് ഓടി. ഞാൻ മടങ്ങി വന്നപ്പോൾ ഡോക്ടർ ആനയുടെ കാലുകൾ ശ്രദ്ധിച്ച് നോക്കുകയായിരുന്നു. ഞാൻ ആനയുടെ കാതുകൾ നനച്ചു.'പിന്നെയും ബീറുകുപ്പിതന്നെ... പക്ഷേ വലുതല്ല. പുണ്ണ് ചീഞ്ഞിട്ടുമില്ല.' ഡോക്ടർ പറഞ്ഞു. 'വിളക്ക് പിടിച്ചോളൂ' ഞാൻ ടോർച്ച് വാങ്ങി വെട്ടം കാട്ടി. ബീറിന്റെ കുപ്പിയുടെ അറ്റം എനിക്ക് കാണാനായി. ആന ശ്രദ്ധിച്ച് കാലൂന്നിയാണ് നടന്നിരുന്നത് എന്നു തോന്നി. ഭാരം കുറഞ്ഞ കുട്ടിയുമാണ്. ഡോക്ടർ ഫോർസെപ്പ് കൊണ്ട് ആ ചില്ലിൽ പിടിച്ച് വലിച്ചെടുത്തു. 'ചില്ല് പൊട്ടിയിട്ടില്ലാന്നാ തോന്നുന്നത്. ഭാഗ്യം' ഡോക്ടർ വ്രണത്തിന്റെ ഉള്ളിൽ കൈയിട്ട് നന്നായി തിരഞ്ഞു. 'Well, almost clean. Lucky guy.' പഞ്ഞിയിൽ മരുന്ന നനച്ച് പുണ്ണിൽ തിരുകിക്കയറ്റി. അപ്പോൾ ആനക്കുട്ടി ഒന്നനങ്ങി. He is awake... ഞാൻ കുറച്ച് മരുന്നാണ് കൊടുത്തത്' ഡോക്ടർ ആനയുടെ ചെറിയ കൊമ്പുകളിൽ തൊട്ട് He is a tusker. My alpha male എന്നു പറഞ്ഞു. കുട്ടിയുടെ തുമ്പിക്കൈയിന്റെ മൂക്ക് അനങ്ങിക്കൊണ്ടിരുന്നു. 'ഒരു മണിക്കൂറുകൊണ്ട് എഴുന്നേറ്റ് നടക്കും. കാലത്ത് മുതുമലയിലേക്ക് മടങ്ങും' ഡോക്ടർ പറഞ്ഞു. 'മുതുമലയിലേക്കോ?' ഞാൻ ചോദിച്ചു. 'അതെ... അവൻ അവിടുന്നല്ലേ വന്നിട്ടുള്ളത്? ഡോക്ടർ പറഞ്ഞു. 'നീ ഇവനെ മുമ്പു കണ്ടിട്ടുണ്ട്.' ഞാൻ സൂക്ഷിച്ചുനോക്കി 'ഇവനെയോ?' 'അതെ മുഖം കണ്ടാലറിയില്ലേ?' ഒന്നരക്കൊല്ലം മുമ്പ്

മുതുമലയിൽ ഒരു വലിയആനയ്ക്ക് ഇതേപോലെ കുപ്പിച്ചില്ല വലിച്ചെടുത്തില്ലേ. അപ്പോൾ ഒപ്പമുണ്ടായിരുന്ന കുഞ്ഞ് ഇവനാണ്. ഇപ്പോൾ ചെറിയ കൊമ്പൊക്കെ മുളച്ച് ആളായിക്കഴിഞ്ഞിരിക്കുന്നു. ഞാൻ പിന്നെയും നോക്കി 'ആനയുടെ മുഖം എങ്ങനെയാണ് തിരിച്ചറിയുക?' ഡോക്ടർ ചിരിച്ചു. ഇപ്പം മനസ്സിലായില്ലേ ആനയുടെ കഴിവ്? ആന എത്ര മനുഷ്യ മുഖങ്ങളാണ് ഓർമ്മിച്ച് വയ്ക്കാറുള്ളത്...' ഡോക്ടർ എഴുന്നേറ്റേ കൈകൾ തൂത്തു. 'ഇത്രയും ദൂരം താങ്കളെ തേടിവന്നതാണോ amazing!' എന്ന് ഞാൻ പറഞ്ഞു. 'പാവം നല്ല വേദന ഉണ്ടാവും. ഈ കുപ്പിച്ചില്ലുംകൊണ്ട് എങ്ങനെയാണ് ഇത്രയും ദൂരം ഇവൻ നടന്നത്...' ഡോക്ടർ, 'ആന അങ്ങനെയാണ്. അവ ജീവിക്കുന്നത് വലിയ ലോകത്താണ്' എന്നു പറഞ്ഞു.

ആനകളുടെ ഓർമ്മയെപ്പറ്റിയും, ചെറിയ അടയാളങ്ങളെപ്പോലും മനസ്സിലാക്കി അവ കിലോമീറ്ററുകളോളം യാത്ര ചെയ്യുന്നതിനെപ്പറ്റിയും ഞാൻ ധാരാളം കേട്ടിട്ടുണ്ട്. രണ്ട് ദിവസംകൊണ്ട് നൂറുകിലോമീറ്റർ നടക്കാനാവും. മുന്നൂറ് കിലോമീറ്റർ നടന്ന് ഒരാളെ അന്വേഷിച്ച് പോയ ആനയുടെ കഥ ഡോക്ടർ തന്നെ പറഞ്ഞിട്ടുണ്ട്. എന്നാലും മുതുമലയിൽനിന്ന് എങ്ങനെയാണ് അവ വന്നത് എന്ന് എനിക്ക് ചിന്തിക്കാൻപോലും കഴിഞ്ഞില്ല. ഞങ്ങൾ പോയത് ജീപ്പിലായിരുന്നു. അത് നടന്ന് ഒന്നരക്കൊല്ലം കഴിഞ്ഞു. മുതുമലയിൽനിന്ന് ടോപ് സ്ലിപ്പിലേക്ക് വരണമെങ്കിൽ വഴിക്ക് പത്ത് സ്ഥലത്തെങ്കിലും ഗ്രാമങ്ങൾക്കുള്ളിൽ കയറണം. നാലിടത്ത് റോഡ് മുറിച്ചു കടക്കണം.

ഞങ്ങൾ മടങ്ങി. വീടിന്റെയുള്ളിൽ കയറുന്നതിനുമുമ്പ് ഡോക്ടർ കെ തിരിഞ്ഞുനോക്കി. ഇരുട്ടിൽ കറുത്ത ചലനങ്ങൾ കണ്ടു. ഒരു വലിയ ആനക്കൂട്ടം തന്നെ അവിടെ ഉണ്ടായിരുന്നു. ഞാൻ ടോർച്ച് പൊന്തിച്ചപ്പോൾ 'നോ' എന്ന് ഡോക്ടർ കെ പറഞ്ഞു. ആനകൾ കുട്ടിയുടെ അടുക്കലെത്തി അതിനെ വളഞ്ഞുനിന്നു. 'വിളിച്ചുകൊണ്ട് പോകട്ടേ... വരൂ', ഡോക്ടർ പറഞ്ഞു. ഞങ്ങൾ ഉള്ളിലേക്ക് കടക്കാൻ തിരിഞ്ഞപ്പോൾ പെട്ടെന്ന് മുപ്പതോളം ആനകൾ ഒരുമിച്ച് തുമ്പിക്കൈ പൊക്കി ചിന്നം വിളിച്ചു. എന്റെ ദേഹം വിറച്ചു. കോൾമയിർകൊണ്ട് കണ്ണുനീരോടെ നിന്നു. അറിയാതെ രണ്ടുകൈകളും

നെഞ്ചോടു ചേർത്ത് കൂപ്പി. ആനക്കൂട്ടം പിന്നെയും ചിന്നംവിളി മുഴക്കി. അതെ ദേവദുന്ദുഭികൾ മുഴങ്ങി. മാനത്തെ പെരുംപറകൾ ഗർജിച്ചു. കറുത്ത ആകാശത്ത് ആനമുഖമുള്ള കറുത്ത ദേവഗണങ്ങളുടെ മുഖങ്ങൾ തെളിഞ്ഞു. 'വരൂ' എന്ന് എന്റെ തോളത്ത് മുട്ടിയിട്ട് ഡോക്ടർ കെ അകത്തേക്ക് കടന്നു.

●